ഗ്രീൻ ബുക്സ്
ഉപ്പ്, മുളക്, കർപ്പൂരം
പ്രകാശൻ മടിക്കൈ

കവി, നോവലിസ്റ്റ്.
കാസർകോട് ജില്ലയിലെ മടിക്കൈയിൽ ജനനം.
അച്ഛൻ : കെ.കൃഷ്ണൻ. അമ്മ : പി.ജാനകി.
കൃതികൾ: മൂന്ന് കല്ലുകൾക്കിടയിൽ,
തെറ്റും ശരിയും (കവിതാസമാഹാരങ്ങൾ),
കൊരുവാനത്തിലെ പൂതങ്ങൾ (നോവൽ).
പുരസ്കാരങ്ങൾ: കേരള സാഹിത്യ അക്കാദമിയുടെ
കനകശ്രീ അവാർഡ്, മഹാകവി പി.കുഞ്ഞിരാമൻനായർ
സ്മാരക ട്രസ്റ്റിന്റെ പ്രഥമ മഹാകവി പി.സ്മാരക
യുവകവി പ്രതിഭാപുരസ്കാരം, ഗ്രീൻ ബുക്സ് നോവൽ
അവാർഡ്, ഷെറിൻ - ജീവരാഗം നോവൽ പുരസ്കാരം,
പ്രൊഫ.ജോസഫ് മുണ്ടശ്ശേരി അവാർഡ്,
എൻ.എൻ.പിള്ള സ്മാരക നോവൽ അവാർഡ്.
കവിതകൾ ഇംഗ്ലീഷ്, കന്നട എന്നീ ഭാഷകളിലേക്ക്
മൊഴിമാറ്റം ചെയ്യപ്പെട്ടിട്ടുണ്ട്.
ഇപ്പോൾ പെരിയ ജി.എൽ.പി.സ്കൂളിൽ അധ്യാപകൻ.

കവിത
ഉപ്പ്, മുളക്, കർപ്പൂരം

പ്രകാശൻ മടിക്കൈ

ഗ്രീൻ ബുക്സ്

green books private limited
gb building, civil lane road, ayyanthole,
thrissur- 680 003, kerala, ph: +91 487-2381066, 2381039
website: www.greenbooksindia.com
e-mail: info@greenbooksindia.com

malayalam
uppu, mulaku, karppooram
poem
by
prakasan madikkai

first published june 2019
copyright reserved

cover design : mansoor cheruppa

branches:
thrissur 0487-2422515
palakkad 0491-2546162
thiruvananthapuram 0471-2335301
calicut 0495 4854662
kannur 0497-2763038

isbn : 978-93-88830-61-4

---

no part of this publication may be reproduced,
or transmitted in any form or by any means,
without prior written permission of the publisher.

GBPL/1091/2019

സമർപ്പണം

"പൂവില് നല്ല പൂവേത് കണ്ണാ
തക്കോർ കണ്ണാ തീയ്യവാ
പൂവില് നല്ല പൂവന്നേ
പൊൻമുരിക്കിൻ നൽപ്പൂവ്
പഴത്തില് നല്ല പഴേത് കണ്ണാ
തക്കോർ കണ്ണാ തീയ്യവാ
പഴത്തില് നല്ല പഴം തന്നെ
കാഞ്ഞിരത്തില് നടുപ്പഴം..."

പൂവിൽ നല്ല പൂവ് മുരിക്കിൻ പൂവെന്ന് നാടൻപാട്ടിലൂടെ പറഞ്ഞുതന്ന് കുഞ്ഞുനാളിലേ എന്റെ സൗന്ദര്യസങ്കല്പങ്ങളുടെ കണ്ണുതുറപ്പിച്ചത് വല്ല്യമ്മയാണ്. കാഞ്ഞിരത്തിൽ കായ്ച്ചുനിൽക്കുന്ന പഴങ്ങളിൽ ഒരെണ്ണം മധുരിക്കുമെന്ന് പറഞ്ഞ് വിസ്മയിപ്പിച്ച് വാക്കിന്റെ മധുരം കയ്പുള്ള കൊമ്പുകളിൽ നിന്നുതന്നെ കണ്ടെടുക്കുന്നവനാണ് കവിയെന്ന് വല്ല്യമ്മ എനിക്ക് പറയാതെ പറഞ്ഞുതന്നിരുന്നു.

ഈ കൃതി വല്ല്യമ്മയ്ക്ക്...

ഉള്ളടക്കം

അവതാരിക 09
എൻ. പ്രഭാകരൻ

കവിതകൾ
ഇവിടെയിരുന്നാൽ 13
വെയിലടങ്ങുന്നതിനു മുമ്പ് 15
കാക്ക എന്ന കറുത്ത പെണ്ണ് 17
ബി.പി.എൽ 19
ഉപ്പ്, മുളക്, കർപ്പൂരം 20
മഹൽ 22
ചാവ് 23
കുട്ടികൾ 24
പ്രഥമ വിവര റിപ്പോർട്ട് 25
സെയ്ഫ് 27
ലേബർ ക്യാമ്പ് 28
ഭയം 29
ഭവന പദ്ധതി 30
ഫ്യൂസായ ജീവിതം 31
ഇനിയുള്ള കാലത്തോളം 33
ദാഹം 34
കാവ്യപത്നി 35
കടൽ 36
കൊറഗർ 37
ഷെൽട്ടർ 38
ചേരി 39
മറുപുറം 40

കരുതൽ 41
തലവരി 42
മിശ്രഭുക്ക് 43
സെക്കന്റ് ക്ലാസ് 44
അവശത 45
വനപാത 46
ശ്ലഥം 47
നീർത്തുള്ളികൾ 48
കറുത്ത പൂച്ചയുടെ ഒച്ച 49
മനുഷ്യരെക്കുറിച്ച് 51
നെഞ്ചംപറമ്പ് 52
വഴി 53
ഓഫ്‌ലൈൻ 55
കംഗാരു 57
ഓളങ്ങൾ 58
ഒപ്റ്റിക്സ് 59
അരുമ 60
ഒളിച്ചുകളി 61
പകൽ 62
നിശ്ശബ്ദം 63
നിറവ് 65
കുഴൽപ്പാത 66
ആയുധം 67
അവശേഷിപ്പ് 68
ദൃക്‌സാക്ഷി 71

മുറിവ് 73
ക്ലോസ്ഡ് സർക്യൂട്ട് 74
തറി 75
പ്രണയം 76
സദാചാരപൊലീസ് 77
വെറ്റിലക്കൊടി 78
കടലിന്റെ മക്കൾ 79
കയം 81
കൈയേറ്റം 82
മഴ പെയ്യുന്ന കവരങ്ങൾ 83

മുഞ്ച് 84
രംഗം ഒന്ന് 85
വാക്കിന്റെ കടവിൽ 86
മഹാസങ്കടങ്ങളുടെ കാലത്ത് 87
അധികം 89
മൂർച്ച 90

പഠനം
എന്നിട്ടോ
കവിതയവസാനിച്ചില്ല 93
സജയ് കെ.വി.

അവതാരിക

എൻ. പ്രഭാകരൻ

മൗലികഭാവനയുടെ തീക്ഷ്ണപ്രകാശം ചിരപരിചിതമായ ജീവികളെയും വസ്തുക്കളെയും നാനാതരം പ്രകൃതി പ്രതിഭാസങ്ങളെയും ജീവിത സന്ദർഭങ്ങളെയുമെല്ലാം എത്ര മേൽ അപരിചിതവും (നൂതനവും) അസാധാരണവുമാക്കി ത്തീർക്കുന്നു എന്ന് ബോധ്യപ്പെട്ടതിന്റെ അമ്പരപ്പിലും ആഹ്ലാദത്തിലുമാണ് ഈ സമാഹാരത്തിന് അവതാരികയായി ചിലതൊക്കെ കുറിച്ചുവെയ്ക്കാനുള്ള ഉത്തരവാദിത്വത്തെ ഞാൻ അഭിമുഖീകരിക്കുന്നത്. കവിത എന്ന സാഹിത്യ സംവർഗവുമായി ബന്ധപ്പെട്ട എന്റെ മുൻധാരണകളെയും നിശ്ചയങ്ങളെയും ഇഷ്ടാനിഷ്ടങ്ങളെയുമെല്ലാം തൽക്കാലം ഞാൻ മാറ്റിവെയ്ക്കുന്നു. പ്രകാശൻ മടിക്കൈയുടെ ഏറ്റവും പുതിയ കവിതകൾ ഈ സന്ദർഭത്തിൽ എന്നോടാവശ്യപ്പെടു ന്നത് അവയിലൂടെ എനിക്ക് കൈവന്ന അപൂർവാനുഭൂതി കളും ഉൾത്തെളിച്ചങ്ങളും മറ്റൊന്നിന്റെയും നിഴൽ വീഴാത്ത വിധം വ്യക്തമാക്കാനാണ്. അപഗ്രഥനവ്യഗ്രതയെ ആകാവു ന്നത്ര അടക്കി നിർത്തി ചുരുക്കം ചില വാക്കുകളിൽ ഞാനത് ചെയ്യാൻ ശ്രമിക്കാം.

ഈ സമാഹാരത്തിലൂടെ കടന്നുപോയപ്പോൾ ഇല്ലായ്മകൾ പൊതിയുന്ന ഒരു ജീവിതത്തെക്കൊണ്ട് പ്രകൃതിയിലെ അദ്ഭുതങ്ങളെയും ഔന്നത്യങ്ങളെയും കീഴടക്കിക്കുന്ന വിദ്യ കണ്ടാണ് ആദ്യം ഞാൻ അദ്ഭുതവിവശനായത്. (കവിത- ബി.പി.എൽ) മഞ്ഞവെയിലിന്റെ വടി ഒടിച്ച് വടക്കേ ചെരി വിലെ വെള്ളമേഘങ്ങളുടെ മുട്ടനാടുകളെ ഓടിക്കുകയും കുന്നുകയറി വന്ന കുഞ്ഞിയുടെ തലച്ചൂട് കുറയ്ക്കാൻ

കറുത്ത മേഘങ്ങളുടെ അകിട് കറന്നു വരികയും ചെയ്ത തിൽ പിന്നെയാണ്, മിച്ചഭൂമിയിലാണ് ഞാൻ നിനക്ക് എന്തെ ങ്കിലും ചെയ്യാൻ പറ്റുമോ എന്ന് വൃദ്ധ (ചാപ്പയിലമ്മ) ചോദി ക്കുന്നത്. ആ ചോദ്യത്തിലെത്തുന്ന വാസ്തവം ഉള്ളിൽ പര ത്തുന്ന മുഴക്കത്തെ ഏത് വികാരവുമായി ചേർത്തുവെക്കാം എന്ന് ഇപ്പോഴും എനിക്ക് പൂർണമായി പിടികിട്ടുന്നില്ല. ഏത് സമ്പന്നയ്ക്കും സാധിക്കാത്ത അദ്ഭുതമാണ് ചാപ്പയിലമ്മ സാധിച്ചത്. കത്തിക്കാളുന്ന ദാരിദ്ര്യത്തിലും വറ്റാതെ നിൽക്കുന്ന സ്നേഹത്തിന്റെ ഉറവയെ ഈ വിധത്തിൽ ആദ രിക്കുന്ന ഒരു കവിയെ വല്ലപ്പോഴുമേ കണ്ടുകിട്ടൂ.

മനുഷ്യജീവിതസന്ദർഭങ്ങളെ ഇതരജീവികളുടെ നില നിൽപിന്റെ ഭാഗമായുള്ള സാധാരണചലനങ്ങളുമായി/ പ്രവൃത്തികളുമായി ചേർത്തുവെച്ച് അവയുടെ പൊരുത്തം കണ്ടാനന്ദിക്കാൻ ഈ കവി കാണിക്കുന്ന വ്യഗ്രതയിൽ പ്രപഞ്ചത്തോട് ആകെത്തന്നെയുള്ള സ്നേഹത്തിന്റെ മഹാ വിശാലതയിൽ തഴച്ചുവളരുന്ന ഉന്നതമായ പാരിസ്ഥിതിക ബോധമാണുള്ളത്. അത് ചിലപ്പോൾ ദാഹം എന്ന കവിത യിലെ പോലെ സരളമായും പ്രസന്നമായും മറ്റു ചിലപ്പോൾ കടൽ, ഭവനപദ്ധതി, കംഗാരു, പകൽ തുടങ്ങിയ കവിത കളിലെന്നപോലെ ഇരുണ്ടുകുറുകിയുമാണ് പ്രത്യക്ഷ പ്പെടുന്നത്.

മുളകെരിവുള്ള ജീവിതങ്ങളും ഉപ്പുമണമുള്ള ജീവിത ങ്ങളുമാണ് പ്രകാശന്റെ കവിതകളിൽ നിന്ന് നമ്മോട് സംസാ രിക്കുന്നത്. അതുകൊണ്ടു തന്നെ ആ സംസാരങ്ങൾ എല്ലാ യ്പ്പോഴും ഇല്ലായ്മയുടെ ഒതുക്കം പൂണ്ടും എന്നാൽ തികച്ചും സാരവത്തായും ഇരിക്കുന്നു. കവി എന്തിനെന്നില്ലാതെ സ്വയം കൊണ്ടാടുന്നതിന്റെയോ ആശയ/വികാര വിനിമയത്തിന്റെ സാധ്യതകളെ അങ്ങേയറ്റം പരിമിതപ്പെടുത്തി അകമേ ആനന്ദിക്കുന്നതിന്റെയോ ലക്ഷണങ്ങൾ പ്രകാശന്റെ കവിതകളിലില്ല. സാമൂഹികപ്രശ്നങ്ങളെയോ രാഷ്ട്രീയാ വസ്ഥയെയോ അല്പം വാചാലമായി സമീപിക്കുന്നതിൽ പോലും പ്രകാശനിലെ കവി മടി കാണിക്കുന്നില്ലെന്ന് വ്യക്തമാക്കുന്നുണ്ട് യഥാക്രമം അവശേഷിപ്പ്, ഷെൽട്ടർ എന്നീ കവിതകൾ. എങ്കിലും ഓളങ്ങൾ എന്ന കവിതയിൽ കാണുന്ന അസാധാരണമായ ആറ്റിക്കുറുക്കലിൽ തന്നെയാണ് കവി കൂടുതൽ കരുത്തനായി കാണുന്നത്.

ആഘോഷാരവങ്ങൾക്കോ മുദ്രാവാക്യങ്ങൾക്കോ ചെറു ചിരികൾക്കുപോലുമോ കാതുകൊടുക്കുന്നവനല്ല ഈ കവി. അടുപ്പിൻ താഴെയായി ഇത്തിരി ചോറും കറിയും വെച്ച് കറുത്ത പൂച്ചയ്ക്കുവേണ്ടി ബോധപൂർവം കവി താഴ് തുറന്നുവെക്കുന്നത്

"കരിപറ്റിയ നിലത്തിരുന്നുണ്ണുമ്പോൾ
കുറുകലുകൾക്കുള്ളിലെ
കലാപം കേൾക്കുവാൻ"
കൊതിച്ചാണ്.

അതിസൂക്ഷ്മ ശബ്ദങ്ങളെ പോലും പിടിച്ചെടുക്കാൻ ശേഷിയുള്ള കാതും മറ്റുള്ളവർ കാണാത്തത് കാണാൻ കരുത്തുള്ള കണ്ണുമാണ് ഈ കവിക്കുള്ളത്. ഈ കഴിവു കൾക്കൊപ്പം വിശാലമായ മാനവികതാബോധവും ഉയർന്ന രാഷ്ട്രീയ ബോധവും ഇടകലർന്ന് സൃഷ്ടിക്കുന്ന ബലവും ഭംഗിയുമാണ് ഈ സമാഹാരത്തിലെ കവിതകളിലുള്ളത്. കറുത്ത പൂച്ചയുടെ കുറുകലുകളിലെന്നപോലെ അവ യിൽ പലതിലുമുണ്ട് നൂറ് ഒച്ചകൾ. അവ കേൾപ്പിച്ച കവിക്ക് നന്ദി.

ഈ സമാഹാരത്തിന്റെ അവതാരികാകാരനാവാൻ കഴിഞ്ഞതിൽ ഞാൻ അതിയായി ആഹ്ലാദിക്കുന്നു; അഭിമാനി ക്കുന്നു.

ഇവിടെയിരുന്നാൽ

പണ്ടൊരിടയനായിരിക്കണം
ഈ കുന്ന്.
അതിനാലാണ്
പൈക്കളും ആടുകളും
ഇതിൽ കയറി
അനുസരണയുള്ളവരായി
തലകുനിച്ച്
പുല്ലുതിന്നുന്നത്.

എനിക്ക്
കുന്നിൻ ചെരിവിലിരിക്കുമ്പോൾ
മൂളിപ്പാട്ടുപാടാൻ തോന്നും.
പുല്ലാങ്കുഴലോ മറ്റ് സുഷിരവാദ്യങ്ങളോ
ചെറുപ്പത്തിൽ പഠിച്ചിരുന്നെങ്കിലെന്ന്
വെറുതെ വിചാരിക്കുന്നത്
പുൽച്ചെരിവിലിരിക്കുമ്പോഴാണ്.

പണ്ട് ഞാൻ വായിച്ച കഥയിലെ
വൈക്കോലിന്റെ നിറമുള്ള
പെൺകുട്ടിയെ ഓർമ്മവരും
ഇവിടെയിരുന്നാൽ.

അവൾ ദൂരെ പൊട്ടുപോലെ കാണുന്ന
വീടുകളിലേതിലോ ആണെന്ന്
സങ്കൽപ്പിച്ച്
വിഷാദിക്കുമ്പോൾ
കാറ്റിൽ
പാൽ മണക്കുന്നു.

വലിയ മരങ്ങളോ ചെടികളോ
ഇവിടെയില്ല.
പുല്ലുകളേ വളരുന്നുള്ളൂ
മൊട്ടക്കുന്നെന്ന് നിങ്ങൾ വിളിക്കുന്നു.

ഒരു മനുഷ്യന്റെ
ഇരിപ്പു കാണാനാവുന്നത്
എനിക്കും പൈക്കൾക്കും
ആടുകൾക്കും മാത്രം. ∎

വെയിലടങ്ങുന്നതിനു മുമ്പ്

കയറിളകിപ്പായുന്ന
പശുവിനെ
എന്നും പിടിച്ചുവെയ്ക്കുന്ന
ഒരു മരം കണ്ടത്തിൻ കരയിലുണ്ട്.
ഇത്തിരിനേരം അതിനെ
ആശ്വസിപ്പിക്കാൻ വരുന്ന
രണ്ടു കൊക്കുകളുമുണ്ട്
ആ മരത്തിൻ മുകളിൽ.

താടയിലും കുഞ്ചിവാലിലും
കൊത്തിപ്പെറുക്കി
കൊക്കുകൾ പറയും
ഒരു കുര്യ നിറയെ
ചെള്ളെടുക്കും ഞങ്ങൾ
എന്നിട്ടും നിന്റെ
ചിന്ന് താഴുന്നില്ല പയ്യേ
കാട്ടുമൃഗത്തിന്റെ പാച്ചിലല്ലേ നിനക്ക്?

തീറ്റ നൽകിയ കൈക്കുതന്നെ
കുത്താനീഞ്ഞവളാണു ഞാൻ
ആരെങ്കിലും മരിച്ചു
നിലവിളിക്കുന്നതുപോലെയാണ്
എന്റെ കരച്ചിൽ.
കുഞ്ഞിനു ഞാൻ പാലു കൊടുക്കുന്നില്ല
ഇടിക്കരക്കയിലാണ്
കറക്കാൻ നേരം
എന്നെ കെട്ടുന്നത്.

കിട്ടിയ സാന്ത്വനത്തിൽ
ഉടൽ വിറച്ച്
പശു
കൊക്കുകളോട്
കണ്ണടച്ചു പറയും. ■

കാക്ക എന്ന കറുത്ത പെണ്ണ്

കാവിനടുത്ത്
ഇല്ലിക്കമ്പുവളച്ചുകെട്ടിയപോലെ
ഒരു വീട്.
കാക്ക എന്നു പേരുള്ള
ഒരു കറുത്ത പെണ്ണുണ്ടായിരുന്നു അവിടെ.
ഒരു ദേവിയാണവൾ
എന്നു പാടിപ്പോകാറുണ്ട്
ചിലരെങ്കിലും ആ വഴി.

ഒരു കണ്ണേ അവൾക്കുണ്ടായിരുന്നുള്ളൂ.
എന്നിട്ടും അവൾ
കാണേണ്ടതൊക്കെ കണ്ടു.
ഒഴിഞ്ഞുമാറേണ്ടതിൽ നിന്നൊക്കെ
ഒഴിഞ്ഞുമാറി.

കാക്കമ്മേ കാക്കമ്മേ
പാട്ടുപാടാമോ എന്നു ചോദിച്ച്
പതുങ്ങി വരുന്ന കുട്ടികളെ
കരയുന്ന പാട്ടുപാടി
വേദനിപ്പിക്കുമായിരുന്നു അവൾ.

പകലിൽ
പള്ള പയിക്കുമ്പോൾ
അയൽക്കുടികളിലെ
എച്ചില് വാരാൻ പോകും.

നാട്ടിലൊരു മംഗലമോ
മരണസദ്യയോ നടന്നാൽ
ക്ഷണിച്ചില്ലെങ്കിലും വരും.

എച്ചിലിലകളിൽ നിന്ന്
ചോറ് വടിച്ചെടുക്കുന്നവളെ
പന്തിയിലിരുന്ന്
വെളുത്തുതുടുത്ത
കൊക്കുകളെപ്പോലെ നോക്കി
സഹതപിക്കാറുണ്ട്
കുമ്പ നിറഞ്ഞവർ.

ഒരു കള്ളക്കർക്കടകത്തിൽ
പയിച്ച് പയിച്ച് ഇറയത്തിരിക്കുമ്പോൾ
കാറ്റും മഴയും കുടിലും
മേലേക്കു പൊളിഞ്ഞുവീണ്
കരയാൻ തുടങ്ങി.
അവളുടെ കരച്ചിലോ
പുറത്തേക്കു വന്നില്ല.

രണ്ടുനാലു ദിവസം കഴിഞ്ഞ്
ഇരുട്ടുമാറി
ഇറവെള്ളത്തിൽ
നട്ടുച്ചവെളിച്ചം കലങ്ങിയപ്പോൾ
പായയിൽ കിടക്കുന്ന
അവളുടെ
കറുത്ത ശരീരത്തിൽ
പുഴുക്കൾ
ഒരുപിടി വറ്റുപോലെ
തെളിയാൻ തുടങ്ങി. ∎

ബി.പി.എൽ

മലമുകളിലെ ചാപ്പയിൽ
ആരുമില്ലാത്ത ഒരമ്മയുണ്ടായിരുന്നു.
അവരെ കാണാൻ
ആറിനക്കരെ നിന്നും
ഞാൻ പോയി.

മഞ്ഞവെയിലിന്റെ വടി ഒടിച്ച്
വടക്കേ ചെരിവിൽ
വെള്ള മേഘങ്ങളുടെ
മുട്ടനാടുകളെ
ഓടിക്കുകയായിരുന്നു അവർ.

എന്നെ കണ്ടപാടെ
"കുന്നുകയറി വന്ന കുഞ്ഞീ
തലച്ചൂട് കുറയ്ക്കാനെന്തെങ്കിലും ചെയ്യാം"
എന്നു പറഞ്ഞ്
ചാപ്പയിലമ്മ
തെക്കേ ചെരിവിലേക്കോടി
കറുത്ത മേഘങ്ങളുടെ
അകിട് കറന്നു വന്നു.

മേഘപ്പാലിൽ
മസ്തകാഭിഷേകം നടത്തി
ഞാനിരിക്കുമ്പോൾ
ഇല്ലാത്ത റേഷൻകാർഡിൽ
കണ്ണീരിറ്റിച്ചു കൊണ്ട്
അവർ പറഞ്ഞു.
"മിച്ചഭൂമിയിലാണ് ഞാൻ
നിനക്ക്
എന്തെങ്കിലും ചെയ്യാൻ പറ്റുമോ?" ∎

ഉപ്പ്, മുളക്, കർപ്പൂരം

പ്രപഞ്ചം വലംവെക്കുന്ന
എളുപ്പത്തിനുവേണ്ടി
ശിവനെ ഗണപതി
വലംവെച്ചപോലെ
വീടിനുചുറ്റും ഒരുവട്ടം നടന്ന്
ആഗ്രഹിച്ച എല്ലാ യാത്രകളും
സാർത്ഥകമാക്കി
എല്ലാവരും.

രാത്രിയിൽ ഉറുമ്പുകളെപ്പോലെ
ഇരച്ചെത്തിയ
ജനതയെ നോക്കി
നെടുവീർപ്പിട്ട്
കരിഞ്ചന്തക്കാർ
ഏറ്റവും നല്ല ദാനശീലരായി
സ്റ്റോക്കുള്ളതെല്ലാം ചെലവഴിച്ചു.

ലഭ്യമായ ഉപ്പും മധുരവും
പുളിയും കയ്പ്പും
കുടിച്ചു തീർത്തു
എല്ലാ വർഗങ്ങളും.

ഓഫറുകളില്ലാഞ്ഞിട്ടും
ബാലൻസു തീരുന്നതുവരെ
കിട്ടിയവരെയൊക്കെ വിളിച്ചിരുന്നു
ഉത്കണ്ഠാവലയത്തിൽ വീണവർ.

എന്നിട്ടോ ലോകമവസാനിച്ചില്ല.
എല്ലാ മനുഷ്യരിലും
ജാള്യവും നെടുവീർപ്പും

അതിന്മീതെ
പ്രത്യാശയും വിരിഞ്ഞു.

പിറ്റേന്നു രാത്രി
കവിത അവസാനിക്കുമെന്ന
മുന്നറിയിപ്പാണ് കിട്ടിയത്.

ഉള്ള അനുഭവങ്ങളൊക്കെ
പറഞ്ഞൊഴിഞ്ഞ്
മുറിവേറ്റവർ ഉറക്കമൊഴിച്ചു.

എല്ലാ വാതിലുകളും
പുലരുംവരെ തുറന്നിട്ട്
ഉള്ള ശ്വാസം വലിച്ചെടുക്കാൻ തുടങ്ങി
വായനക്കാർ.

കഴിയുന്നത്ര ഉമ്മകൾ
പെയ്തുതീർത്ത്
പ്രണയികൾ അവശരായി.

കുഞ്ഞുങ്ങൾ
എപ്പോഴാണ് കളിപ്പന്ത്
ബോംബാകുകയെന്ന് ഭയന്ന്
നെഞ്ചിടിപ്പോടെയിരുന്നു.

നല്ല വാക്കുകൾ പറഞ്ഞുപറഞ്ഞ്
മത്തരായി
അധ്യാപക ജീവിതങ്ങൾ നിലവിളിയായി.

എന്നിട്ടോ കവിതയവസാനിച്ചില്ല.
കാണാം
പ്രത്യാശാഭരിതനായ കരിഞ്ചന്തക്കാരൻ ഭാഷ
ചന്തയിലിരുന്ന്
തെറികൾ മുഴുവനും ചെലവാക്കാതെ
നല്ല വിലയ്ക്കത്
എല്ലാ ഭീരുക്കൾക്കും
കിഴക്കു വെള്ളകീറുംമുമ്പേ
വിൽക്കാൻ വെച്ചിരിക്കുന്നത്. ∎

മഹൽ

നീലക്കടലേ
ഭൂമിയിൽ ജനിച്ചു എന്നതിൽ
കുന്നിനു സന്തോഷമുണ്ട്.

മുകളിലെ ആകാശം
ഇളക്കിയെടുത്ത്
നിന്റെ അഭ്യർത്ഥനപ്രകാരം
സമുദ്രനിരപ്പിൽ
ഒരനശ്വരസ്മാരകം
പണിയാം എന്നുള്ള വിശ്വാസമുണ്ട്
അതിന്റെ ഉച്ചിക്ക്.

ഭൂമിയിൽ തന്നെ വേരുറപ്പിച്ചു കഴിയുന്നതിൽ
കുന്നിനു വേവലാതിയുമുണ്ട്.

അസൂയപ്പനികൊണ്ട്
ഓരോ രാത്രിയിലും വേവാനിടയുള്ള നീ
പണിപൂർത്തിയായാലുടൻ
പിടിച്ചു കെട്ടി
പ്രളയജലംകൊണ്ട്
കഴുത്തുവെട്ടി
സ്വന്തം നിർമ്മിതിയാണതെന്ന്
ഒരിക്കൽക്കൂടി ഉറപ്പിക്കുമെന്ന
നിശ്ചയമുണ്ടതിന്. ∎

ചാവ്

ഉറക്കത്തിന്റെ ലഹരിയിൽനിന്നും
കുലുക്കിയുണർത്തപ്പെട്ട നേരം
ഏതൊരാളും മരിച്ചവരാണ്.

ഇതാ ജീവിതം
എഴുന്നേറ്റ് ഭക്ഷിക്കുവിൻ
എന്നു കേട്ടാൽ
കണ്ണടയും.

ഇതാ രാജ്യത്തിന്റെ പകുതി
ഇഷ്ടംപോലെ വാണോളൂ
എന്നു ക്ഷണിക്കപ്പെട്ടാൽ
മുഖം ചുളിയും.

യൗവനം എടുത്തോളൂ
എന്നു പുരു വിളിച്ചാലും
തല നരച്ച യയാതി
ലോകത്തെ ശപിക്കും. ∎

കുട്ടികൾ

പ്രേമത്തെയും കോപത്തെയും
തനിച്ചാക്കിയാണ്
ഞാൻ വീട്ടിൽനിന്നും
പുറത്തുപോയത്.

പച്ചക്കറിത്തോട്ടത്തിലടിക്കാൻ വേണ്ടി
ജനാലപ്പടിയിന്മേൽ
എടുത്തുവെച്ച് മറന്നുപോയ
കീടനാശിനിക്കുപ്പി
ബേബിഫുഡാണെന്നു കരുതി
കൈയെത്തിച്ച്
കൈയെത്തിച്ച്
കൈക്കലാക്കി
മൂട് തുറന്ന്
വാരിവാരിക്കഴിച്ചു പ്രേമം.

കോപമാകട്ടെ
അടുക്കളയിൽ കയറി
അടുപ്പിൽനിന്നും
കൈയെത്തിച്ച്
കൈയെത്തിച്ച്
വിറകുകൊള്ളിയെടുത്ത്
പുരയ്ക്ക്
തീ കൊളുത്തുകയും ചെയ്തു.

കൂടുതൽ കരുതൽ വേണ്ട
ശൈശവപ്രായമാണ്
അവർക്കെന്ന്
തിരക്കിലിറങ്ങിപ്പോയ ഞാൻ
മറന്നുപോയി. ∎

പ്രഥമ വിവര റിപ്പോർട്ട്

സ്വർണം തൂക്കുന്ന മാതിരി
വാക്കുകൾ തൂക്കിപ്പറയാറുള്ള
അർദ്ധരാത്രിയുടെ കൈയ്യിൽനിന്നും
ഒരുപിടി വിലപ്പെട്ട വാക്കുകൾ
ഉതിർന്നിരിക്കുന്നു ഈ പറമ്പിൽ.

കേട്ടതു നേരോ എന്നറിയാൻ
ഉള്ളിൽ കയറി
വീടിനോടു ചോദിച്ചു.
തടഞ്ഞുനിർത്തി
ചുമരു പറഞ്ഞു
"ഒരു വാക്കെങ്കിലും സത്യമാണ്."

കിണറിനോടു ചോദിച്ചു.
അത് ആഴത്തിൽ
അഞ്ചുവട്ടം ബക്കറ്റിളക്കി
ഒരാശ്ചര്യചിഹ്നമെങ്കിലും
ഒത്തുവരുന്നുണ്ടെന്ന് ഉറപ്പിച്ചു.

ഉറങ്ങുന്ന കട്ടിലിനോടു ചോദിച്ചു.
തിരിഞ്ഞും മറിഞ്ഞും കിടന്ന്
സ്വപ്നത്തിലെങ്കിലും
അതിൽ കുറേ ഭാഗം
കേട്ടിരുന്നു എന്നു പറഞ്ഞു.

അകത്തേക്ക് എത്തി നോക്കുന്ന
ഗേറ്റിനോട് ചോദിച്ചു.

ഇതുവരെ പരിചയമില്ലാത്ത
കാര്യങ്ങളായിരുന്നു
അതെന്ന്
ഗേറ്റ്
സംശയം പ്രകടിപ്പിച്ചു. ∎

സെയ്ഫ്

മതിലുചാടി കടന്ന കള്ളാ,
അകത്ത്
വീടു കാണാതെ പരിഭ്രമിക്കേണ്ട
ഞാനെന്റെ വീടിനെ
ഷെൽഫിനുള്ളിൽ പൂട്ടിവെച്ചിരിക്കുകയാണ്.

വസ്ത്രങ്ങൾ, പാത്രങ്ങൾ, സർട്ടിഫിക്കറ്റുകൾ,
ആധാരം, ആഭരണങ്ങൾ, പുസ്തകങ്ങൾ,
ടെലിവിഷൻ, മൊബൈൽ ഫോൺ,
കട്ടിൽ, അലക്കുയന്ത്രം
പ്രകാശം തൂകുന്ന ബൾബുകൾ
എല്ലാമെല്ലാം ഭദ്രമായി
ഓരോ അറകളിൽ
പണിയെടുക്കുകയോ
വെറുതെയിരിക്കുകയോ ചെയ്യുന്നുണ്ട്.

കള്ളത്താക്കോലിട്ട് തുറന്നാൽ
മേൽപ്പറഞ്ഞവയെ
പെട്ടെന്ന് വാരിവലിച്ചിടാനാവും.
പക്ഷേ, എല്ലാ ഷെൽഫിനുള്ളിലും
ഒരു രഹസ്യ അറ കാണില്ലേ?
അതുപോലൊന്ന് ഇതിനുമുണ്ട്.
ക്ഷമാപൂർവ്വം കുത്തിത്തുളച്ചാൽ
തുറക്കാം.

ആ ഉള്ളറയിലിരിപ്പുണ്ട്
ഞാനും എന്റെ ഭാര്യയും കുട്ടികളും
വളർത്തുമൃഗങ്ങളും വേവലാതികളും. ∎

ലേബർ ക്യാമ്പ്

സൂര്യന്റെ അണ്ടറിൽ കഴിഞ്ഞു
പകൽ മുഴുവൻ.

രാത്രിയിൽ
സ്വസ്ഥമായിരുന്ന്
ഇരുട്ടുപുതച്ച്
ആത്മനിന്ദ
കുറയ്ക്കാമെന്നു തോന്നിയതാണ്.

പറഞ്ഞിട്ടെന്താ കാര്യം?
മറ്റൊരുത്തൻ വന്ന്
തലയിൽ കയറി നിരങ്ങുന്നു.

മേസ്ത്രിയായി
എല്ലാ കാര്യങ്ങളും
നിരീക്ഷിച്ച്
എന്നെ വിലയിരുത്തുകയാണ്
വെറും ഉപഗ്രഹം പോലും. ∎

ഭയം

ഭയവിഹ്വലതയാലൊരുവൻ
വരത്തിനായിരിക്കുന്നു.
കയറാൻ പറ്റാത്തൊരിടത്ത്
കയറിപ്പറ്റി,
കാലുരണ്ടും പിണച്ച്.

ഒരുവൻ ഛർദ്ദിൽ കോരിക്കുടിക്കുന്നു.
പറഞ്ഞതൊക്കെ ഞാൻ
തിരിച്ചെടുത്തോളാമെ-
ന്നുച്ചത്തിൽ പറയുന്നു.

ഒരു പല്ലി വാലു മുറിച്ചു പായുന്നു
പിറകേ വരുന്നുണ്ടൊരു
കൈയെന്നു സംശയിച്ച്.

ഏതു മെമ്പർഷിപ്പും ഞാനെടുത്തോളാം
ജീവിച്ചാൽ മതിയെന്നു
ഭ്രഷ്ടുകൽപ്പിക്കും ജാതിയോട്
മതത്തിനോട്, പാർട്ടിയോട്
പറയുന്നു
പണ്ടംകലങ്ങിയോടി
കങ്കാലായെത്തിയോൻ.

സ്വന്തം നിഴലിനെ പേടിച്ചൊരു വീടെഴുന്നേൽക്കുന്നു
നിഴലതിന്മേൽ പുരണ്ട
വെളിച്ചത്തെ ഭയന്നിളകുന്നു.
ഭയവിഹ്വലതയാലൊരു കുറികൂടി
മരണവെപ്രാളം കാട്ടുന്നു ദിവസം. ∎

ഭവന പദ്ധതി

ഗൃഹപ്രവേശനത്തിനുമുമ്പേ
വന്നുചേർന്ന
ചിതലുകൾ
മുറിയിൽ
മണ്ണുകൊണ്ട്
കെട്ടിയിരുന്നു
ഒരു വീട്.

ലോണെടുത്ത് നിർമ്മിച്ചതല്ല
പണി തീരാത്തതുമല്ല. ∎

ഫ്യൂസായ ജീവിതം

ഗ്രാമത്തിലെ വൃദ്ധസദനത്തിൽ
ഒറ്റ രാത്രിമാത്രം പ്രകാശിച്ച്
ഫ്യൂസായ കാമ്പ് വിളക്ക്
നട്ടുച്ച നേരത്ത്
നഗരത്തിലെ ഇലക്ട്രിക് കടയിലെത്തി.

ഒരിക്കൽ പ്രകാശിച്ച്
പ്രവർത്തനരഹിതമാകുന്നവയ്ക്ക്
പകരം ജീവിതം തരാൻ
ബാധ്യതയില്ലെന്ന ബോർഡുകണ്ട്
ഉപയോഗശൂന്യനായല്ലോ
എന്ന വേവലാതിയിൽ
മനോനില തെറ്റി.

'ഗ്യാരണ്ടിയോ വാറന്റിയോ
ഇല്ലാത്ത ജീവിതമാണ് ഞാൻ'
എന്ന് പച്ച കുത്തിയ
പരുക്കൻ ശരീരവുമായി
പടിഞ്ഞാറെ തെരുവിലെ ബാറിൽനിന്നും
അന്നേരം
നാടോടിയായ ഒരു സർക്കസ് കളിക്കാരൻ
ഇറങ്ങിവന്നു.

മറ്റുള്ളവരെ ആഹ്ലാദിപ്പിക്കാൻ
ഒരു നിമിഷമെങ്കിലും ബാക്കിയുണ്ട്
നിനക്ക് ജീവിതം.

ഒന്നിനും കൊള്ളാതായെന്ന്
വിശ്വസിച്ചിരിക്കുന്ന
കാമ്പ് വിളക്കിന്
കഠിനമായി ഉറപ്പു നൽകി
ഏറെ പഴക്കമുള്ള
സൈക്കിളിൽ കയറി
തെക്കേ തെരുവിലേക്കുള്ള
ബൈപ്പാസ് റോഡിലേക്കിറങ്ങി
തെല്ലിട കഴിഞ്ഞ്
അയാൾ. ∎

ഇനിയുള്ള കാലത്തോളം

ആരു മരിച്ചാലും
ആത്മാവ് കുറേക്കാലം
ഭൂമിയിൽ തന്നെയുണ്ടാകും.

മറ്റൊരു ലോകത്തിലേക്കു
പോകും മുമ്പുള്ള
ഇടവേളയിൽ
മഴ, വെയിൽ, മഞ്ഞ്
ഇവയിലേതെങ്കിലും
ഒന്നായിരിക്കും അയാൾ.

വെട്ടേറ്റ് മരിച്ചവനോട്
ഉടനെ
ദൈവം ചോദിച്ചു
"ആരാകണം നിനക്ക്?"

അവൻ പറഞ്ഞു:
"മഴയും മഞ്ഞും
സങ്കടങ്ങളുടെ ജന്മങ്ങളാണ്
മഞ്ഞ് നേർത്ത വിതുമ്പൽ
മഴയാണെങ്കിൽ പൊട്ടിക്കരച്ചിൽ.

എനിക്ക് വെയിലായാൽ മതി.
എത്ര മുറിവേറ്റ്
രക്തം പടർന്നാലും
കണ്ണീരൊഴുക്കാൻ ഞാനില്ല." ∎

ദാഹം

പച്ചവെള്ളം കുടിക്കാൻ മാത്രം
തൊടിയിലേക്കു വരുന്നു
ചില കിളികൾ.

കുഞ്ഞുക്ലാസിൽ പഠിക്കും കാലത്ത്
എത്രയോ വട്ടം ഞാൻ പോയിരുന്നു
അടുത്തുള്ള വീട്ടിൽ
പച്ചവെള്ളം കുടിക്കുവാൻ വേണ്ടി.

ഇന്റർവെല്ലോ
ഉച്ചക്കഞ്ഞിക്കുള്ള നേരമോ
കാത്തിരിക്കാതെ
വെള്ളം കുടിച്ചു വരട്ടേ ടീച്ചറേ
എന്നനുവാദം ചോദിച്ച്
ഇളംപറക്കലായിരുന്നു.

ഇച്ചെറുകിളികൾതൻ പാഠശാല
വീടിനു പിൻവശത്തുള്ള
പേരറിയാത്ത മുൾമരം.

വെയിലിനോടോ കാറ്റിനോടോ
അനുവാദം ചോദിച്ച്
പച്ചവെള്ളം കുടിക്കാൻ വേണ്ടി മാത്രം
പറന്നു വരുന്നവ. ∎

കാവ്യപത്നി

കവിതയോടൊന്നിച്ച്
കിടക്കരുതെന്ന്
പറയാൻ കാര്യമുണ്ട്.
കാമുകിയെ പോലെയാണ് പെരുമാറ്റം.

പാതിരാത്രിക്ക് കൂർക്കം വലിച്ചുറങ്ങുമ്പോൾ
തട്ടിയുണർത്തി
വലിയ എഴുത്തുകാരനല്ലേ
വല്ലതും വായിക്കുന്നില്ലേ
എഴുതുന്നില്ലേ എന്നു കളിയാക്കി ശല്യപ്പെടുത്തും.

ഉറക്കം വേണ്ടെന്നു വിചാരിച്ച്
വല്ലതും വായിക്കാൻ
കുറിക്കാൻ
കണ്ണുതുറന്ന യാമത്തിലോ
അതിലാളനയോടെ കെട്ടിപ്പിടിച്ച്
ഇപ്പോഴിങ്ങനെ
ഇപ്പോഴിങ്ങനെ
എന്നു പറഞ്ഞ്
മറ്റൊരു ലോകത്തിലേക്കു കൊണ്ടുപോയി
സ്വപ്നത്തിലേക്കു തള്ളിയിടും. ∎

കടൽ

വിഴുപ്പലക്കിയലക്കി
ഇക്കണ്ടകാലംവരെയുണ്ടാക്കിയ
പതയ്ക്ക്
ആദ്യ കാലത്തെ
ഉപ്പു തന്നെയുണ്ട്.

ഏതു പ്രാചീനന്റെ
കുടുംബ പുരാണമാണ്
അത്? ∎

കൊറഗർ*

താലൂക്കാഫീസിൽ
അടിയാധാരങ്ങൾക്കിടയിൽ
ചങ്ങലപോലെ സൂക്ഷിച്ചുവെച്ച
അതിർത്തിഭാഷമാത്രമറിയാവുന്ന
പെരുവഴി
റേക്കിനുള്ളിൽ നിന്നും പുറത്തുചാടി
ഓണം കൂടാൻ
ഉദ്യോഗസ്ഥർ അടച്ചുപോയ
വാതിൽ തുറന്ന്
തെരുവിലേക്കിറങ്ങി
ഇങ്ങനെ വിതുമ്പി:

എവിടെ ആ മാവേലിമാർ?
കാടും മലയും തോടും പെറ്റ
മണ്ണിന്റെ
പൊന്നുപോലത്തെ മന്നന്മാർ?
ശത്രു മൂന്നാമത്തെ അടിവെച്ചപ്പോൾ
എന്റെ നെഞ്ചുകീറിയാണല്ലോ
ആ ദാനശീലർ
പടുകുഴിയിലേക്കു പോയത്. ∎

---

* കാസർകോട് ജില്ലയിലെ ഒരു ആദിവാസി വിഭാഗമാണ് കൊറഗർ. ഇപ്പോൾ കോളനികളിൽ താമസിക്കുന്നവരെങ്കിലും കാട്ടിലാണ് ഇവരുടെ മനസ്സ്. പ്ലാന്റേഷൻ കോർപ്പറേഷന്റെയും മറ്റും കൈയിലുള്ള കിഴക്കനെസ്റ്റേറ്റുകൾ ഒരു കാലത്ത് കൊറഗരുടെ അധിവാസ ഭൂമിയായിരുന്നു. കാസർകോട് നഗരത്തി ലേക്കു വന്നാൽ പാതയോരത്തെ ഒറ്റപ്പെട്ട മരങ്ങൾക്ക് ചുവടെ തലകുനിച്ച് കുട്ട മെടഞ്ഞുകൊണ്ടിരിക്കുന്ന കൊറഗരുടെ ദൃശ്യം ചിലനേരങ്ങളിൽ കാണാം.

ഷെൽട്ടർ

ഓലക്കുടിലുകളിൽ ഒളിച്ചിരുന്ന്
ഉമിനീരും പ്രത്യയശാസ്ത്രവും
അശിച്ച നാളുകളിൽ
മുറിവുണങ്ങാത്ത
നെഞ്ചിലായിരുന്നു
ചോരമണം.

കുലപർവ്വതങ്ങളിൽ
മദ്യവും ഫാസ്റ്റ്ഫുഡും
വിളമ്പിവെച്ച കാലത്ത്
കൈയ്യിലായി ചോരമണം. ∎

ചേരി

കാത്തിരുന്ന്
വീർപ്പുവിട്ട്
പൊന്നുപോലെ പുലർന്നുവരുന്നു
ഓർമ്മച്ചായങ്ങളിൽ നിന്ന്
മറഞ്ഞിരിക്കുന്ന കവിത.

രാത്രിയാണല്ലോ
പകലിനെ ഉണ്ടാക്കിയത്
കണ്ടമാനം ധ്യാനിച്ചും വീർപ്പുവിട്ടും
ഊതിയൂതി പൊന്നിച്ചത്.

വെളിച്ചത്തിരുന്ന്
കറുപ്പിനനുഭവമെഴുതുമ്പോൾ
ചേല് കൂടും.

ഒരു മുറ്റത്തോളം ഇരുട്ട്
കണ്ണെഴുതാൻ വേണ്ടി
എടുത്തോളൂ
ഈ പ്രഭാതത്തിൽ. ∎

മറുപുറം

ഉടൽ ഒരു പാരക്കോലാക്കി
അനായാസം
മീൻ
കമിഴ്ത്തിവെച്ച വെള്ളം
അല്പംകൂടി
വെളുത്തിരിക്കുന്നതു കണ്ടു
ഇരുട്ടിൽ. ∎

കരുതൽ

പലഹാര കടയിലേക്ക് ഓടിപ്പോകുംമുമ്പ്
എന്തു ചെയ്യണമെന്നോർത്ത്
ദാഹം പോലെ
ഒരു പരവേശം ബാധിച്ചു അവളെ.

അത്യാവശ്യത്തിന്
എടുക്കാം എന്നു പറഞ്ഞ്
നിറച്ചുവെച്ചതാണ്.
ഈർച്ചക്കത്തി
ഇപ്പോൾ കൊണ്ടുപോകുന്നു.

കിലുക്കിക്കിലുക്കി പുറത്തേക്കിട്ടാൽ
അപ്രതീക്ഷിതമായി വന്നുകയറിയ
വിരുന്നുകാരറിയും
ആവശ്യങ്ങളിൽ പലതും
നാളത്തേക്കായി
മൂടിവെക്കുന്ന
വീടാണിതെന്ന്.

ഹാവൂ
ഒറ്റക്കീറിന്
ഒച്ചയില്ലാതെ
രണ്ടായി
വളരെ ചെറിയ
പ്ലാസ്റ്റിക് കുടുക്ക. ■

തലവരി

സ്വാശ്രയ അലക്കുകോളേജ് ഉപരോധത്തിന്
പൊതിച്ചോറുമായെത്തി
കുത്തിയിരിപ്പു തുടങ്ങുമ്പോഴാണ്
അലക്കുകാരന്റെ അറിയിപ്പ്:
സമരം പിൻവലിക്കുവാൻ
ധാരണയായിരിക്കുന്നു.

കഴുത പ്രതിഷേധിക്കുകയാണ്.
ഡാഷ് മോനേ,
കാൽനടയായ് പുലർച്ചയ്ക്ക്
ഗ്രാമങ്ങൾ താണ്ടി
ഞങ്ങളിവിടെ വന്നത്
അപ്പിയിടാനാണോ?

തൊട്ടടുത്തുള്ള മൈക്ക്
അന്നേരം ഓണായിരുന്നു.
അലക്കുകാരൻ
കഴുതയുടെ ചെവിക്കരികിലേക്ക് ചാഞ്ഞു:
കൂടിപ്പോയി പറച്ചിൽ
ഞാനാരെന്നോർമ്മവേണം.

സൗജന്യസീറ്റുകൾക്ക്
അർഹതയുണ്ടെന്ന്
നീയല്ലേ പറഞ്ഞുനടന്നത്
ഏതു പാലം കടന്നപ്പോഴാണ്
ഞങ്ങളെ മറന്നത്?

പ്രത്യയശാസ്ത്രം ചുമന്ന്
കഴുത തിരിച്ചടിച്ചു. ■

മിശ്രഭുക്ക്

വീട്ടിൽ നിന്നും പുറപ്പെടുമ്പോൾ
ഗേറ്റിനടുത്ത്
റോഡിൽ
ഒരു നാടോടിസ്ത്രീ
ലോറിക്കടിയിൽപ്പെട്ടു
മരിച്ചു കിടക്കുന്നതു കണ്ടു.

മാർക്കറ്റിലേക്ക്
ഇറച്ചി വാങ്ങാൻ പോകുന്ന
അയാൾ കൊതിയൊക്കെ കെട്ട്
അകത്തേക്കു തിരിച്ചു പോയി.

"ഇന്നിനി വെജിറ്റേറിയൻ മതി"
അടുക്കളയിൽ കറിക്കരക്കുന്ന
ഭാര്യയ്ക്കരികിലെത്തി
മെനു തിരുത്തി. ∎

സെക്കന്റ് ക്ലാസ്

വാളൻപുളിപോലുള്ള
തീവണ്ടിയിൽനിന്നും
ഷൊർണൂരിറങ്ങി
കോയമ്പത്തൂരിലേക്ക്
പോകേണ്ട
മുളകെരിവുള്ള
ജീവിതം
കോഴിക്കോട്ടുവെച്ച്
പാവപ്പെട്ടവരുടെ
കംപാർട്ട്മെന്റിൽ
ആലപ്പുഴയിലെ
കടൽക്കരയിലേക്ക്
പോകാനിരിക്കുന്ന
ഉപ്പുമണമുള്ള
ജീവിതത്തോട്
സംസാരിക്കുന്നു:

“ഒരുപാട് ലേറ്റായി
ഇനിയും ക്രോസിംഗുണ്ടാവുമോ?” ■

അവശത

യൂറോപ്യൻ ക്ലോസറ്റിൽ
കുത്തിയിരുന്ന ഭൂമിയെ
ഒരു ദിവസം
അറിയാതെ വാതിൽ തുറന്നുകണ്ട
ക്ഷുദ്രഗ്രഹം
ബേജാറായി ചോദിച്ചു.

"പ്രായമായി അല്ലേ?
കാലുറയ്ക്കാത്തതിനാലല്ലേ
ഇന്ത്യൻസ്റ്റൈൽ ക്ലോസറ്റ് ഒഴിവാക്കി
ഇതിലേക്ക് മാറിയത്?" ∎

വനപാത

രാത്രിവണ്ടിക്കുശേഷം
റെയിൽപ്പാളം മുറിച്ചു കടക്കുകയായിരുന്ന
കുറുനരി
വെള്ളരി ചവച്ചിറക്കി
തന്റെത്തന്നെ ചെവിയിൽ മാത്രം
മുഴങ്ങിക്കേൾക്കുന്നത്രയും പതുക്കെ
പറഞ്ഞു;

എസ്‌വൺ ബോഗിയിൽനിന്നും
ഒരു മാൻപേട വീഴുന്നതുകണ്ട്
ഞാൻ കൊതിച്ചതാണ്.
പച്ചമാംസത്തിന്റെ രുചിയോർത്ത്
വെള്ളരി തുപ്പിക്കളഞ്ഞിരുന്നെങ്കിൽ
അണ്ടികളഞ്ഞ അണ്ണാനായിപ്പോയേനേ.

ആ മൃണാളിനിയുടെ അരികിൽ
ഒരു കഴുതപ്പുലി ചാടിവീഴുന്നതും
കടിച്ചെടുത്ത്
കുറ്റിക്കാടുകൾക്കിടയിലേക്ക് മറയുന്നതും
കണ്ടുനിൽക്കാനേ തരമായുള്ളൂ. ∎

ശ്ലഥം

ഒച്ചയൊന്നു മുട്ടിപ്പോയാൽ
തൊട്ടാവാടി പോലെ
വാടിവീഴുന്നത്ര
പിണക്കമുണ്ടായിരിക്കാം നിനക്ക്.

പരിചിതശബ്ദങ്ങൾപോലും
ഭാരമായി തീരുന്ന
രാത്രി പോലെ
നിന്റെയുള്ളം
കറുത്തുപോയിരിക്കാം
മുഴുവൻ.

അല്ലേൽ നീ വലിയ
അയിത്തക്കാരിയായി മാറിയതായിരിക്കാം.
തീണ്ടാനൊരുങ്ങിയ
ഓർമ്മകളെ
കേൾവിയിൽപ്പെടാതെ
അകറ്റിയതല്ലേ
'ബിസി'യെന്നു എഴുതിക്കാണിച്ചത്
സെൽഫോണിൽ. ∎

നീർത്തുള്ളികൾ

പൂമീനേ
ഒരു വട്ടം കൂടി
നീ തുള്ളിയതാണോ
പുഴ മിഴിയെറിഞ്ഞതാണോ
ഈ വെള്ളപ്പിടപ്പ്? ∎

കറുത്ത പൂച്ചയുടെ ഒച്ച

കരിയിലകളുടെ ഒച്ച
ഒടിഞ്ഞു വീഴുന്നത്
ചീവീടുകൾ
അനുകരിച്ചുകൊണ്ടേയിരിക്കുമ്പോഴാണ്
ആ കരിമ്പൂച്ച
വാതിലിൽ മുട്ടുന്നത്.

വായിക്കാനായി
ഇരുട്ടു വരച്ച
ഒച്ച
രാത്രിയിലായിരിക്കും
പൂച്ചയ്ക്കു നന്നായി അറിയാവുന്നത്.

മേലാകെ കറുത്തതിനാൽ
നാട്ടുകാരുടെ ദുശ്ശകുനമായ
ഇരുട്ടിന്റെ സന്തതി
ആഹാരത്തിനുവേണ്ടിമാത്രമാണ്
അടുക്കളയുടെ ഉറക്കം കെടുത്താൻ വരുന്നത്.

അതിന്റെ ഒച്ച പലതരത്തിൽ കേൾക്കുന്നു
അമ്മയും അങ്ങാടിയും അനുസരണയുമില്ലാത്തവർക്ക്
ശപിക്കപ്പെട്ട
അനുഭവങ്ങളുടെ നൂറ് ഒച്ചകൾ.

പാട്ടും വിലാപവും
പ്രതികാരവും പിറവിയും
മരണവുമൊക്കെ കുറിച്ചിട്ടുണ്ടവയിൽ.

കേൾക്കാനാഗ്രഹിക്കുന്നതൊക്കെ
തന്റെത്തന്നെ വാക്കുകളാണോ എന്ന്
നിശ്ശബ്ദതയിൽ കാതുകൾ വെച്ച്
വിചാരിക്കുന്ന
പല്ലികൾപ്പോലും
വാതിൽ തുറക്കുന്നതറിഞ്ഞ്
ചിലയ്ക്കുന്നുണ്ട്.

ബോധപൂർവ്വം ഞാൻ
താഴു തുറന്നുവെച്ചിട്ടുണ്ട്
അടുപ്പിൻ താഴെയായി
ഇത്തിരി ചോറും കറിയും
വെച്ചിട്ടുണ്ട്.

കരിപറ്റിയ നിലത്തിരുന്നുണ്ണുമ്പോൾ
കുറുകലുകൾക്കുള്ളിലെ
കലാപം കേൾക്കുവാൻ കൊതിച്ച്. ∎

മനുഷ്യരെക്കുറിച്ച്

നട്ട കയ്പ്പയിലേക്കൊരു
കയ്പ്പുള്ള വാക്കും
വീഴാതിരിക്കാനായിരിക്കുമോ എന്തോ
കയ്പ്പക്കകൾ പിടിച്ചതിൽ പാതിയും
അയൽവീടുകൾക്ക്
പറിച്ചു നൽകി വല്യച്ഛൻ.

തൊട്ടടുത്ത വീട്ടിൽ നിന്നും
തീ വാങ്ങിവരും വല്യമ്മ.
രണ്ടുനാലുദിനമിടാൻ
പൊന്നിൻ ഞാത്ത്
കടം നൽകും.

മീനമാസത്തിലെ പൂരം വന്നാൽ
നരയൻപൂ
പറിച്ചു തരുന്നൊരു വീടുണ്ട്.

കുലവെട്ടിയ വാഴതൻ ചോട്ടിൽനിന്നൊരു കന്ന്
കടം തന്നവരുണ്ട്.
വായിച്ചപത്രം ചൂടാറും മുമ്പ്
വേലിക്കലിട്ട് വിളിച്ചവരുണ്ട്.

കൈകൊട്ടി വിളിച്ചാൽ വരാറുള്ള
കാക്കയെപ്പോലെ
മനുഷ്യരെക്കുറിച്ച് പറയാൻ
നന്മകളുണ്ടല്ലോ ഓർമ്മയിൽ. ∎

നെഞ്ചംപറമ്പ്*

അമ്മകുടിച്ച വിഷമാണുകുഞ്ഞേ
അങ്കണത്തൈമാവിലിപ്പോഴുമുള്ളത്. ∎

---

* എൻഡോസൾഫാൻ കുഴിച്ചിട്ട കാസർകോട്ടെ പ്രദേശം.

വഴി

വിധവയായ
സ്ത്രീ
ജാലകത്തിലൂടെ
നോക്കിനോക്കിയിരുന്നു
ഒറ്റ ദിശയിലേക്കുള്ള
ബൈപ്പാസ് റോഡിലേക്ക്.

രേഖീയമായ
അതിന്റെ കിടപ്പിൽ
വലിയ കാഴ്ചകൾ
ചെറുതാകുന്നതുവരെയും കണ്ടു.

നീണ്ട നാളുകൾ കഴിഞ്ഞ്
മടുപ്പിനാൽ പൊടുന്നനെ
റോഡ്
പലതായി വളഞ്ഞു പുളഞ്ഞു.

അതിൽപ്പിന്നെ
അതിന്റെ ആദ്യത്തെ
ഒടിവുവരെ മാത്രം
കാഴ്ചകൾ കണ്ടു തുടങ്ങി.

ഞൊടിനേരമെങ്കിലും
കാണുന്നേടം
വലുതായി മാത്രം
കണ്ടു തുടങ്ങി.

ഇരുദിശകളിലേക്കുള്ളൊരു
റോഡായി
പിൽക്കാലം അത്.

വളവുകളിൽ
പേടിപ്പെടുത്തുന്ന
പോക്കു വരവുകളേറാൻ
തുടങ്ങിയപ്പോൾ
അവൾ
ജാലകമടച്ചു. ∎

ഓഫ്‌ലൈൻ

അസ്വാഭാവിക മരണം പൂകിയവർക്കായിരുന്നു
യോഗത്തിൽ പങ്കെടുക്കുവാൻ
അവസരമുണ്ടായിരുന്നത്.

കൊന്നതാണെന്നു പറഞ്ഞ്
കോപവും താപവുമായി
വലതുഭാഗത്തെ സീറ്റുകളിൽ കയറി
കുറേപേർ ഇരിപ്പുറപ്പിച്ചു.

നിരാശപ്പെട്ട് മരണപ്പെട്ടവരാണെന്നു പറഞ്ഞ്
ആത്മഹത്യ എന്നു എഴുതിപിടിപ്പിച്ച
ഇടതുഭാഗത്തെ കസേരകളിൽ
കണ്ണീരും കലാശവുമായി
വേറെ ചിലർ വന്നിരുന്നു.

ജീവിച്ചിരുന്ന നാളിൽ
കണ്ടുമുട്ടിയവരോടൊക്കെ
എന്റിഷ്ടാ എന്ന്
അഭിസംബോധന ചെയ്ത്
വർത്തമാനം പറയാറുള്ള ഒരാൾ
അല്പം വൈകി വന്ന്
ഇടതുഭാഗത്തെ സീറ്റിലിരിക്കുവാൻ
ശ്രമിക്കുമ്പോൾ
വലതുഭാഗത്തുള്ള
കൊല്ലപ്പെട്ടവരിൽ ഒരാൾ പറഞ്ഞു:
എന്റിഷ്ടക്കാരാ എന്ന് ഓരോരുത്തരെയും
വിളിക്കുന്ന ആൾ
എത്ര നന്മയുള്ളവനും രസികനുമായിരിക്കും.

ലോകത്തുള്ളവരെ
അത്രമേൽ ഇഷ്ടമായ
ഒരാൾ ആത്മഹത്യ ചെയ്യുകയോ?

താങ്കളുടെ മരണകാരണം
കൊലപാതകം തന്നെ
ഇവിടെ വന്നിരുന്നാലും.

എന്റിഷ്ടാ,
മരിക്കുന്നതെങ്ങനെയെന്ന്
കൂട്ടുകാർക്കൊക്കെ
ഫെയ്സ്ബുക്കിൽ
അഭിനയിച്ചുകാട്ടിത്തരാമെന്നു പറഞ്ഞ്
ക്യാമറ തുറന്ന്
കഴുത്തിൽ കുരുക്കിടുമ്പോഴായിരുന്നു
എന്റെ മരണം.

ഇടതുഭാഗത്തെ
ആത്മഹത്യാ കസേരകളിലൊന്നിൽ
അമർന്നിരുന്ന്
ഏറ്റവും നിർവ്വികാരനായ പ്രേതം
കൊല്ലപ്പെട്ടവനോട്
മറുപടി പറഞ്ഞു.

കംഗാരു

കയറാൽ
ഉടലോടു ചേർക്കപ്പെട്ട
മുറിവേറ്റ
നാട്ടുകള്ളനെയും കൊണ്ട്
പുരുഷാരം മറഞ്ഞ
പുഴയ്ക്കരികിൽ നിൽക്കുന്നു
അമ്മത്തെങ്ങ്. ∎

ഓളങ്ങൾ

തൊടുപ്പിൽ ചോറുകൂട്ടിയപ്പോലെ
പുഴ.
കാട്ടിൽ മരം വെട്ടിയിട്ട്
ക്ഷീണിച്ചു വന്ന കാറ്റ്
വാരി വാരി
ആക്രാന്തനായി. ∎

ഒപ്റ്റിക്സ്

പരവതാനി പോലെ
ഇരുട്ടിന് കനം വന്നാൽ
അതിൽ കയറിയിരിക്കാൻ
എനിക്ക്
മാന്ത്രിക വിദ്യകൾ
വല്ലതും വേണ്ടിവരും.
എങ്കിലും അത് എന്നെയും കൊണ്ട്
രാത്രിയിൽ
ഉറക്കമൊഴിഞ്ഞ്
സൂര്യന് മൂർച്ച കൂട്ടുന്ന
കൊല്ലന്റെ ആലയിലേക്ക് പോകും.

ഇരുട്ടിന് കൂടുതൽ
ഉറപ്പ് വന്നാൽ
തീർച്ചയായും
ഒരു മച്ചിൻ പടവിലെന്നപ്പോലെ
ഞാൻ
അമർത്തിച്ചവിട്ടി
താഴോട്ടിറങ്ങും.

തളർന്നുറങ്ങുന്ന
കൊല്ലനറിയാതെ
സൂര്യന്റെ മൂർച്ച നോക്കും. ∎

അരുമ

"പോകുന്ന നീ
നായയെപ്പോലെ
ഒരിക്കൽ തിരിച്ചുവരും."

പ്രിയപ്പെട്ടൊരാൾ
പിണങ്ങി വീടുവിടുമ്പോൾ
തലമുതിർന്നവൻ പറഞ്ഞു.

മനുഷ്യനാണെന്നു ഉറപ്പിക്കാൻ
സ്നേഹക്കുറവ് പരിശീലിക്കും
വാലാട്ടിമേലിൽ ഈ പടിപ്പുര കടക്കില്ല.
ശപഥം ചെയ്യുന്നു
അതു കേട്ടിറങ്ങിയ
ഇളംതലമുറക്കാരൻ. ∎

ഒളിച്ചുകളി

പ്രതീതിയെക്കുറിച്ച്
ഇതുവരെയെഴുതാത്ത
കവിതയിൽ
പുറപ്പെടാറായ
സ്വപ്നത്തിന്റെ
ബസ്സിലിരുന്ന്
ഞാൻ കാണുന്നു.

ബസ്റ്റാൻഡിലെ
ആൾപെരുപ്പത്തിനിടയിൽ
സിമന്റ് ബെഞ്ചിലിരുന്ന്
വെറ്റില തൊല്ലുന്ന
മുറുക്കാൻപെട്ടിക്കാരന്റെ
അപ്പുറത്തുമിപ്പുറത്തും
നിൽക്കുന്ന
പൊലീസുകാരനെയും
പോക്കറ്റടിക്കാരനെയും. ∎

പകൽ

ആകാശത്തിൽനിന്നും
കീറിയ
വെള്ളകൊണ്ട്
പുതപ്പിച്ചു
മരിച്ച രാത്രിയെ. ∎

നിശ്ശബ്ദം

പകലിൽ
തല കുനിച്ച്
ഒരു കാക്കി വസ്ത്രം
അയയിൽ.

അതിന്റെ നിസ്സംഗത കണ്ട്
മരക്കൊമ്പിൽ
ഒരു വെള്ളപ്പൂമ്പാറ്റ
ചിന്തയിൽ.

ഉച്ചവെയിൽ ചാറി
പൂമ്പാറ്റയുടെ
ചിറകുകൊഴിഞ്ഞു.

കാക്കി വസ്ത്രം
പകലുറക്കത്തിൽ
തീപ്പിടിച്ച്
കരിഞ്ഞു.

രാത്രിയിൽ
അയയിൽ
ഒരു കറുത്ത ഗൗൺ
ധ്യാനത്തിൽ.

അതിന്റെ ഇരിപ്പു കണ്ട്
ഒരു വവ്വാൽ
മരക്കൊമ്പിൽ
തലകീഴായി ചിന്തയിൽ.

വവ്വാലിനെ
അയപോലെ വന്ന
പാമ്പുകൊണ്ടുപോയി.

കറുത്ത ഗൗൺ
ഇരുട്ടത്ത്
മരം പോലെ പതുങ്ങി നിന്ന
കള്ളൻ കൊണ്ടുപോയി. ∎

നിറവ്

വെള്ളം കൊണ്ടുവരുന്ന
വേരുകളോട്
കുന്ന് പറഞ്ഞു:

"എന്റെ വയർ നിറഞ്ഞു
ഇനി
കുളിച്ചാൽ
പൊക്കിളിന്റെ
ചേറുപോകും." ∎

കുഴൽപ്പാത

അധികം ആഴത്തിലല്ലാതെ
അനേകം പൈപ്പുകളൊഴുകുന്ന
മണ്ണിലാണ്
പട്ടാളക്കാർ
പിക്കാക്സുമായി നിൽക്കുന്നത്.

കൃത്യമായ വേർതിരിവുണ്ടെങ്കിലും
സൂക്ഷിച്ചില്ലെങ്കിൽ
വെട്ട് കൊള്ളുമെന്നതിനാൽ
പൈപ്പുകളുടെ റൂട്ട് മാപ്പ്
ഇടയ്ക്കിടയ്ക്ക് നോക്കിയാണ്
കൈകളെ നിയന്ത്രിക്കുന്നത്.

നിരയും വരിയുമായ്
പടുകൂറ്റൻ പൈപ്പുകൾ.

ചോരയൊഴുകുന്നത്
മലമൊഴുകുന്നത്
കീടനാശിനിയൊഴുകുന്നത്
ഗ്യാസൊഴുകുന്നത്
വെള്ളമൊഴുകുന്നത്
ശ്വാസനിശ്വാസങ്ങൾ ഒഴുകുന്നത്.

ഇവയ്ക്കിടയിലേക്ക്
പണ്ടെന്നോ കുഴിയടക്കിയ
ഒരു മനുഷ്യന്റെ എല്ലുകൾ
എങ്ങനെയോ മുളച്ചുപൊന്തിയത്
മണിക്കൂറുകൾക്കുമുമ്പാണ്
അധികൃതരുടെ ശ്രദ്ധയിൽപ്പെട്ടത്.
പിഴുതെടുക്കണം
യുദ്ധകാലാടിസ്ഥാനത്തിൽ. ∎

ആയുധം

മാർക്സിനെപ്പോലെ താടി വളർന്ന
ബീഡിതെറുപ്പുകാരന്റെ
തുരുമ്പുപിടിച്ച
കത്രികയുടെ ഒരു ഇതളാണ്
സ്വപ്നത്തിൽ
ഭൂമി കുഴിച്ച്
മറുഭാഗത്ത് കടക്കുവാൻ
പ്രചോദനം നൽകിയത്.

സൂചിയായി
കത്രികയുടെ മറ്റൊരിതൾക്കൊണ്ട്
ഭൂമിയെ തുന്നിച്ചേർത്ത്
ആകാശത്തെ
ഒരു പതാകയാക്കാൻ
ആവേശഭരിതനായി.

സൂര്യൻ എന്ന
ചാണക്കല്ലുമായ്
വന്നിരുന്നു
പകൽ.

കാറ്റിന്റെ നൂലുണ്ടകളുമായ്
രാവും. ∎

അവശേഷിപ്പ്

മാലിന്യനിർമ്മാർജ്ജനദിവസമാ-
ചരിക്കണമെന്നുള്ള
ഉത്തരവ് കിട്ടി.

കവലയിൽ
രാഷ്ട്രീയക്കാർ പ്രസംഗിച്ചു തുപ്പിയ
വാഗ്ദത്ത ഭൂമികകളുടെ അവശിഷ്ടങ്ങൾ
ഞങ്ങൾ കാലത്തുതന്നെ
കൂട്ടം കൂട്ടമായിറങ്ങി
വേസ്റ്റുബോക്സിൽ വാരിയിട്ടു.

മാതൃഭാഷ പഠിക്കാത്ത മലയാളികളുടെ
മനം പുരട്ടുന്ന മുറിമലയാളങ്ങൾ
വീടുതോറും കയറിയിറങ്ങി
ചാക്കുകളിൽ കുത്തിനിറച്ചു.

മദ്യപന്മാർ തമ്പടിക്കാറുള്ള
കൽവർട്ടുകൾക്കു മുകളിലും
ക്ലബ്ബുകളുടെ പിന്നാമ്പുറങ്ങളിലും പോയി
ലൈംഗിക കഥകളുടെയും
അപവാദകഥകളുടെയും
ഇറച്ചിപ്പറ്റുള്ള
ഉണങ്ങാത്ത മുള്ളുകൾ
ശേഖരിച്ച് കുട്ടയിലിട്ടു.

ബസ്സ്റ്റോപ്പുകളിൽനിന്നും
പെണ്ണുടലുകൾക്കുമേൽ കുതിച്ച
കാത്തിരിപ്പിൻ വാടയുള്ള

കിഴവന്മാരുടെ
തുറിച്ചുനോട്ടങ്ങളെ
കൈയുറയുപയോഗിച്ച്
നിലത്തുനിന്നും
പെറുക്കിയെടുത്തു.

നഗരത്തിലെ പൊലീസ് സ്റ്റേഷനിൽ
ലോക്കപ്പിൽ കയറി
ഇരുട്ടിൻ കുഴിയിലിറങ്ങി
മൂക്കുപൊത്തി
തെറിവാക്കുകളുടെ
വലിയൊരു ലോഡുതന്നെ
കോരിയെടുക്കേണ്ടി വന്നു.

കുന്നിൻ പുറത്തെ
സ്കൂളിൽ കയറി
കാര്യമായൊന്നും
കിട്ടാതെ മടങ്ങുമ്പോൾ
സ്റ്റാഫ് റൂമിന്റെ
ജനാലയ്ക്കരികിൽനിന്നും
ഏതാനും കോട്ടുവായകൾ കിട്ടി.
ഡസ്റ്റ് ബിന്നിൽ അവയെ
ആവേശത്തോടെ നുള്ളിയിട്ടു.

പ്രവേശനമില്ലാതിരുന്നിട്ടും
ബുദ്ധിജീവികളുടെ
ഭവനങ്ങളിൽ കയറി
ശത്രുതയാൽ
അപരന്മാർക്കുനേരെ
ചൊരിഞ്ഞ
വെടിമരുന്നുപുരട്ടിയ
ദുർവാക്കുകളും
ആവലാതികളും
പൈപ്പിൽനിന്നും
പച്ചവെള്ളം ചീറ്റി
നിർവീര്യമാക്കി.

മാലിന്യം പൂർണമായും
നിർമ്മാർജനം ചെയ്ത്

കവിതപോലെ സുന്ദരമാണ്
നാടെന്നു പ്രഖ്യാപിച്ച്
ഉച്ചയോടെ ഞങ്ങൾ മടങ്ങി.

അവരവരുടെ
വീടുകളിലെത്തിയപ്പോൾ
കുടലും തുളച്ച്
പ്രാണനോളം കയറി
ദുഷിച്ച ഗന്ധം.
കാലത്ത് ഞങ്ങൾ
എടുത്തുകളഞ്ഞതത്രയും
കുന്നുകൂടികിടക്കുന്നു
സർവ്വമുറികളിലും. ∎

ദൃക്സാക്ഷി

പലവട്ടം ചോദ്യം ചെയ്തിട്ടും
പകൽ വെളിച്ചം
ഒരു രഹസ്യവും പുറത്തുവിട്ടില്ല.
നിങ്ങൾക്കറിയാവുന്നതിനപ്പുറം
എനിക്കൊന്നും പറയാനില്ലെന്നു
തറപ്പിച്ചുപറഞ്ഞു.

നിലാവിനെ പിടികൂടി
അണക്കെട്ടിന്റെ ചുവടോളം
വലിച്ചുകൊണ്ടുപോയി.

തല ചുമരിനിടിച്ച്
പിത്തവെള്ളം കക്കിച്ചു.

പുഴയിൽ മുക്കി
ശ്വാസം മുട്ടിച്ച്
പുറത്തെടുത്തു.

പ്രാണഭയം കൊണ്ട്
കൈകൾ കൂപ്പി
നിലാവ് പറഞ്ഞു:

"പറയാം ഞാൻ എല്ലാം പറയാം
നിഷ്കളങ്കനായ എന്നെ ഉപദ്രവിക്കരുതേ
എനിക്ക് ഒന്നും ഒളിച്ചുവെക്കാൻ കഴിയില്ല

രണ്ടു ഭാഷ സംസാരിക്കുന്ന
നിഴലുകളായിരുന്നു അവർ.
റിസർവോയറിനരികിൽ

രാത്രി മുഴുവൻ
അവർ ആലിംഗനബദ്ധരായിരുന്നു.
കൊറ്റിയുദിച്ചപ്പോൾ
വെള്ളച്ചാട്ടത്തിനരികിലുള്ള
പാറക്കെട്ടിലേക്ക്
കൈകൾ കോർത്തുപിടിച്ച്
പോകുന്നതുകണ്ടിരുന്നു.

ഒരുമിച്ചു ജീവിക്കാനാവുമോ എന്ന നിലവിളി
പാറമടക്കിൽ തലതല്ലുന്നതു കേട്ടിരുന്നു.
ഇതിൽക്കൂടുതലൊന്നുമറിയില്ല ഏമാന്മാരേ..." ∎

മുറിവ്

നിലത്തുരച്ചുരച്ചെടുത്ത
മുരിക്കിൻ കായ കൊണ്ട്
നിന്റെ മേനി പൊള്ളിച്ചു.
എന്നെയോർക്കുമ്പോഴൊക്കെ
നീ മുരിക്കാവും.
എല്ലാ ഋതുവിലും
ചോന്ന് നിൽക്കും. ∎

ക്ലോസ്ഡ് സർക്യൂട്ട്

ആകാശത്തെ
സ്വകാര്യ വിദ്യാലയത്തിൽ
കാലത്തിന്റെ മേശയ്ക്കുചുറ്റും
നക്ഷത്രക്കുഞ്ഞുങ്ങൾ
നെഞ്ചുപിടച്ചുകൊണ്ട്
വെളിച്ചത്തെക്കുറിച്ചുള്ള
ഇംപോസിഷൻ
ആവർത്തിച്ചെഴുതുന്നു.

താന്തോന്നിയായ
ശിഷ്യനൊരുവൻ
ആരുമറിയാതെ
പുറത്തേക്കുപോയി
സിഗരറ്റു വലിക്കുന്നു.

ഇതുകാണും രഹസ്യക്ക്യാമറ
ഇമവെട്ടാതെ നിൽക്കുന്നു.

ഇലയിൽ നിന്നടരാതെ
ഇര വീണ്
കാറ്റിലാടുന്ന ഒരു ചിലന്തിവല
ഭൂമിയിൽ
രഹസ്യമായി
മന്ത്രിക്കുന്നു.

"ഓന്റെ ഉസ്ക്കൂള് പൂട്ടി" ∎

തറി

വെയിൽകൊണ്ടും വെള്ളം നനഞ്ഞും
ആയുസ്സു കുറുകുന്ന
തോർത്ത്
അതിനെ ഉപയോഗിച്ചുകൊണ്ടിരിക്കുന്ന
നവദമ്പതികളോട് പറഞ്ഞു:
"എനിക്ക്
ജീവിതത്തിൽ വലിയൊരു സ്വപ്നമുണ്ട്.
ഒരിക്കലും പിഞ്ഞിപ്പോകാതെ
വെളുത്ത
ആകാശമായി കിടക്കണം
ദൈവത്തിന്റെ അയയിൽ." ∎

പ്രണയം

മുള്ളേ
ഏതുകൈകളാണ്
ഇത്രയും ഭംഗിയായി
നിന്നെ
പണിതത്?

ആഴത്തിലേക്കുപോയാൽ
രക്തത്തിന്റെ
നിലവിളി കൂട്ടുന്ന നീ
വേദനയെക്കുറിച്ചെഴുതിയ
കാണപ്പെട്ട
ശില്പം തന്നെ. ∎

സദാചാരപൊലീസ്

“മുട്ടയിൽനിന്ന് തൊലിക്കുമ്പോഴേ
കുഞ്ഞ്യോള്
കാമം കാണേണ്ടാ”
പായയിൽ
ഇറയത്തിരിക്കുന്ന വല്ല്യമ്മ
കോളാമ്പിയിൽ
മുറുകെ പിടിച്ച്
ഒരാട്ടുവെക്കും.

കോഴികളല്ലേ വല്ല്യമ്മേ എന്ന്
മുറ്റത്തുനോക്കി
സുർക്കിച്ചുമരിൽ
മുരിക്കിൻകായ ഉരച്ച്
പരസ്പരം കൈപ്പൊളിക്കും
ഞങ്ങൾ.

അമ്മപെങ്ങന്മാരെ തിരിച്ചറിയാത്ത
പൂവന്മാരുടെ
തോന്ന്യാസങ്ങൾക്കെതിരെ
ഏറു വീഴുമ്പോൾ
അഴിച്ചിട്ട ഞങ്ങൾ
നൃത്തം വെക്കും. ■

വെറ്റിലക്കൊടി

ഇലകളുടെ
എഴുന്നുനിൽക്കുന്ന
ഞരമ്പുകൾ ശ്രദ്ധിച്ചു.

കഠിനമായ
മനോരോഗത്തിന്റെ
ലക്ഷണം.

അബ്നോർമ്മലായവളെ
തണുപ്പിച്ചെടുക്കാൻ
ആശ്വാസത്തിന്റെ ജലം
എത്ര നൽകിയാലും
മതിയാവില്ല. ∎

കടലിന്റെ മക്കൾ

പൊയ്യ നിറഞ്ഞൊരു ഗ്രാമത്തിൽ
ഞാൻ പണ്ട്
പഠിപ്പിക്കാൻ പോയിരുന്നു.

അവിടത്തെ കുട്ടികൾ
പൊയ്യയിലെഴുതും
പുഴയുടെ വഴികൾ
കടലിന്റെ ചങ്ങാത്തം
എന്നിവയെക്കുറിച്ച്
അവർ കുഞ്ഞുനാളിലേ
കവിതയെഴുതും.

പൊയ്യയിൽ
തിരമാലകൾ ഉണ്ടാക്കുന്നവരായിരുന്നു അവർ
ഒരു ബെരുത്തവും അവരെ തൊട്ടില്ല.
അന്ന്
പഠിപ്പിച്ചും പനിച്ചും നടന്ന
എന്റെ മേലിൽ
ഒരു തരി പൊയ്യപോലും പുരണ്ടില്ല
എന്നെനിക്കറിയാം.

പൊയ്യകൊണ്ടേറ്
ഓതിരം കടകം മറിയൽ
പൊയ്യ വളച്ച് മീൻ വരയ്ക്കൽ
ചോറു തിന്നുന്ന ബട്ടയിൽ
പൊയ്യവാരിക്കളിക്കൽ
പൊയ്യയിലിരുന്ന്
പൊയ്യ തിന്നാതെ
ചോറു തിന്നാനറിയുന്നവരുടെ കളികൾ.

മുള്ളുനിറഞ്ഞ ബൊഗിരി മരങ്ങളുടെ
ഗ്രാമമായിരുന്നു അത്.
ബൊഗിരിക്കാ തിന്ന്
പൊയ്യയിൽ കെട്ടിമറിയുന്ന
പോക്കിരികൾ പറയും

പൊയ്യയിൽ പഠിച്ച
പൊയ്ത്ത്
പുറം മണ്ണിലും
പെഴക്കൂല മാഷേ... ■

കയം

ഒരു നാളിൽ കവിത കൂടെ വന്നു.
എന്താണതിന്റെ രഹസ്യമെന്നറിയാൻ
ഞാൻ ശ്രമിച്ചു.

ജീവിതത്തിൽ പരിക്കോടു പരിക്കായിരുന്നു.
കണ്ടാൽ മിണ്ടാത്തവരായിരുന്നു ചുറ്റിലും.
മഴവന്നു കലങ്ങിയ പുഴപോലെ
കാലുഷ്യപ്പെട്ട മനസ്സായിരുന്നു അന്ന്.

ഇത്രയും രഹസ്യം
കണ്ടെത്തിയ സ്ഥിതിക്ക്
അതെഴുതാതിരിക്കുവാനെനിക്കാവതില്ല.

കല്ലിട്ടുവിളിച്ചാൽ മാത്രം
മിണ്ടുന്ന കുളം പോലെ
അത്രയും നിശ്ശബ്ദനായി
എനിക്കതിനെക്കുറിച്ച്
ഇന്നെഴുതാം. ∎

കൈയേറ്റം

തോടു കടന്നുവേണം
സ്കൂളിൽ പോകാൻ.

ആ ആണ്ടിൽ തോടുവറ്റി
മീനുകൾ കളിസ്ഥലം തേടി
മറ്റെങ്ങോ പോയി.

തടിപ്പാലം കയറിയിറങ്ങിപ്പോകുന്ന കുട്ടികൾക്ക്
ചെകിളപ്പൂക്കൾ വന്നു.

മുക്കിളയിട്ട്
തോടരുവത്തെ നെല്ലിമരത്തോടും
പുളിയൻ മാവിനോടും കൂട്ടുകൂടി
മീനുകളെ പോലെ
തോട്ടിനുള്ളിലൂടെ
അങ്ങോട്ടുമിങ്ങോട്ടും നീന്തി
വേനലിൽ.

തോടവസാനിക്കുന്നിടത്ത്
തല ചൊറിഞ്ഞു നിൽക്കുന്നു
പുഴ.

തോടിനുള്ളിലൂടെ
നീന്തി വരുന്നവരെ
തലമുറിയന്റെ മക്കളേ
എന്നുവിളിക്കുന്നു
പുഴ. ∎

മഴ പെയ്യുന്ന കവരങ്ങൾ

സൂര്യനുദിച്ചാലും
ഉണരാത്ത കുന്ന്.
അതിന്റെ കോണിലെ
നാട്ടുവഴിയിൽ
മഴ തീർന്നാലും കുടകളുണ്ടാക്കി
വളഞ്ഞുപുളഞ്ഞ്
വഴിപോക്കരെ തൊടുന്ന മരങ്ങൾ.

ഉച്ചയ്ക്കൊരുപിടി വെയിൽ
ഇലകൾക്കിടയിലൂടെ വീണാൽ
നൊളിപിടിച്ച്
നിഴലുകൾ വാരിവിഴുങ്ങും.

മൂളിപ്പാട്ടുപാടിക്കൊണ്ടു നടന്നാൽ
ചെറുതാകുന്ന വഴിയിൽ
കാട്ടുവള്ളിയിൽ പിടിച്ചുറങ്ങി
കാറ്റിന്റെ കാവൽ.

വിരുന്നുപോയാൽ വെല്ലച്ച്
തിന്നാൻ തരുന്നൊരു
വീടുണ്ടാകാനൽപ്പാടിൽ.

ചാണകം മെഴുകിയ മേനിയുമായ്
പീലി വിടർത്തുന്നു
പുല്ലുകൾക്കുള്ളിൽ. ∎

മുഞ്ച്

വീട്ടിൽനിന്നിറങ്ങിപ്പോയപ്പോൾ
പല്ലു ഞെരിക്കുന്നതു കേട്ടിരുന്നു.

മുറ്റത്തെ തെങ്ങിൽ പിടിച്ച്
അരിശം തീരാഞ്ഞ്
കിതച്ചതാണ്.

കിഴക്കുഭാഗത്തെ
നേന്ത്രവാഴക്കൈ
തട്ടിത്താഴെയിട്ട്
നിന്റെ ഊട്ട് കയ്ക്കട്ടെ
എന്നു പറഞ്ഞു.

എന്നിട്ട്
കിണറിൻ വക്കിൽനിന്ന്
ഒന്നും സംഭവിച്ചില്ല
എന്ന മട്ടിൽ
കയറേൽ പിടിച്ച്
ഒരു പാനി വെള്ളം വലിക്കാൻ തുടങ്ങി.

മുൻകോപക്കാർ താമസിക്കുന്ന
ഈ പറമ്പിലെ
ഒരംഗമെന്ന നിലയിൽ
വികാരവിക്ഷോഭങ്ങൾ
നിനക്കും
വേണ്ടുവോളമുണ്ട് കാറ്റേ... ∎

രംഗം ഒന്ന്

നിർത്തിയിട്ട തീവണ്ടിയിൽനിന്നും
നോക്കുമ്പോൾ
രണ്ടുതേക്കുമരങ്ങൾക്കിടയിൽ
ഒരു ചെമ്മൺപാത കണ്ടു.

ചില്ലകൾക്കിടയിൽ
പൊടിഞ്ഞുവീഴാറായ ആകാശം.
അതിൽ കത്തിത്തീരാറായ
ചുവന്ന സൂര്യൻ
ഇലകൾക്കിടയിൽ മുഖംപൊത്തി
ഇരിക്കുന്നു.

നിലക്കടല കൊറിച്ചുപോകുന്ന
കുട്ടികളെപ്പോലെ
തേക്കുമരങ്ങളുടെ നിഴലുകൾ
ഇളകുന്നു.

അത്താഴത്തിനിട്ട അരി
നിലാവുപോൽ തിളയ്ക്കുമ്പോ-
ളെത്താമെന്നു പറഞ്ഞുപോയ
കാറ്റിനോടൊപ്പം
ഒരു നാടകവണ്ടി
പൊടിപറത്തി
വേഗത്തിൽ പോയി. ■

വാക്കിന്റെ കടവിൽ

അങ്ങാടിയിലൂടെ
മിണ്ടാതെ വന്ന മഴയെ
കാറ്റ് അഴിച്ചെടുത്ത്
അടുത്തുള്ള
മരത്തിൽ നിറച്ചതുപോലെ

വൈകുന്നേരത്തിൽ
വീട്ടിലേക്കു തിരിച്ച
വൃദ്ധനെ പിടികൂടി
വഴിവക്കിൽ
ഭൂതവും ഭാവിയും
വിസ്തരിച്ചു
കൈനോട്ടമറിയാവുന്ന കൂട്ടുകാരി.

രാത്രിയിലെ പുഴ
നിലാവിനെ കോരിയെടുത്ത്
വർത്തമാനം പറഞ്ഞ്
തുടച്ചു മിനുക്കിയ പോലെ

ഓർമ്മയിൽ വീണുപോയ വാക്കുകളെ
തിരിച്ചും മറിച്ചുമിട്ട്
അദ്ഭുതപ്പെട്ടിരിക്കുന്നു
അയാളിപ്പോഴും. ∎

മഹാസങ്കടങ്ങളുടെ കാലത്ത്

വിളഞ്ഞ ഫലങ്ങളാണ്
ആകാശത്തിൽ കാണുന്നത്.

കൃഷി അറിയാത്ത ഞങ്ങൾക്ക്
ഫലങ്ങൾ നോക്കി
കൊതിയൂറാനേ കഴിയൂ.

കൈക്കോട്ട് പിടിക്കാനറിയില്ല
വിത്തിന്റെ പാകതയറിയില്ല
തടമെങ്ങനെ ചികയണമെന്നറിയില്ല
മുളച്ച ചെടികൾക്കെങ്ങനെ
നനപിടിപ്പിക്കണമെന്നറിയില്ല.

വിശക്കുമ്പോൾ ഞങ്ങൾക്കും
പഴയൊരു ജന്തുവിന്റെ
പരാക്രമം തന്നെ.

വേട്ടയിൽ പരാജയപ്പെട്ട്
വിശ്രമിക്കുമ്പോൾ
പല്ലിന്റെയും ഉദരത്തിന്റെയും
അണപ്പ് തീർക്കാൻ
വിണ്ണിലേക്കോ മണ്ണിലേക്കോ
തന്നെത്തന്നെ കുഴിച്ചുമൂടി
മുളപ്പിക്കണമെന്ന
ആഗ്രഹമുള്ളവർ.

ഇക്കാണുന്ന ലോകമല്ല
സ്വപ്നങ്ങളുടേത്.

ഉറവകൾ ദാഹതരംഗമാവുമ്പോൾ
മഴകൾ മരങ്ങളിലൂടെ ഊർന്നിറങ്ങി
മറുനാദം പാടുമ്പോൾ
വെയിലുകൾ മൺമേനികളിൽ
ഊതിയൂതി കൊതിയേറ്റുമ്പോൾ
കലപ്പ കൈയ്യിലെടുത്ത്
കാലത്തിന്റെ മറുകരയിൽ
പച്ച വിളയിച്ചവരാണ്
പഴയ ആളുകൾ.

വരണ്ടപാടങ്ങൾക്കു മുമ്പിൽ
ആകാശത്തിന്റെ വിളഞ്ഞ സൗഭാഗ്യങ്ങളെക്കുറിച്ച്
പറയാമോ എന്നു ഞങ്ങൾക്കറിയില്ല.

ആളുകേറിയ മണ്ണിൽ
ആന കേറിയ മണ്ണിൽ
ആയിരം ദുഃഖങ്ങൾ
പൂത്തു വിടർന്നു.

ഞങ്ങൾ പരാജയപ്പെട്ട സ്വപ്ന കാമുകർ.
തിരിമുറിഞ്ഞ്
വിശന്ന കാലത്ത്
വാക്കുകൾ കരിയിച്ച്
പുനംകൃഷി ചെയ്യാനറിയാത്തവർ.

അധികം

അതിനപ്പുറം
ഒരു വിരലുണ്ടെന്നു തന്നെ
വ്യക്തമായി.

അരുതേയെന്നു പറയുവാനുയർത്തിയ
കൈ പിന്മടങ്ങുമ്പോൾ
അതിലൊരു വിരൽ
മടിച്ചു നിന്നതായിരിക്കുമോ?

ഈ അന്തിവെയിലിൽ
മൗനത്തിൽ മാത്രം
മുഴുകിയ ജീവന്
സംസാരിക്കുവാൻ
തോന്നിയതായിരിക്കുമോ?

പോകുന്നേടത്തെ നിമിഷങ്ങളെ
ചൂണ്ടക്കണ്ണിയിട്ട്
കാത്തിരുന്ന്
വലിക്കുകയാണാവിരൽ! ∎

മൂർച്ച

മൃഗമായിരുന്നതിനോ
പക്ഷിയായിരുന്നതിനോ
തെളിവായി
നഖങ്ങളുണ്ട്
എല്ലാവർക്കും.

വളരുന്തോറും വെട്ടിയോ കടിച്ചോ
കളയാറുണ്ട് എല്ലാവരും.

അല്ലേൽ
പോളിഷിട്ട് മിനുക്കിയോ
മൈലാഞ്ചിയിട്ട് ചുവപ്പിച്ചോ
പരിരക്ഷിക്കാറുണ്ട്.

മനുഷ്യനല്ലായിരുന്നതിന്റെ
അടയാളം കൊണ്ടാണ്
ചൊറി വരുമ്പോൾ സ്വയം
മാന്തിപ്പുളയുന്നത്.

രതിവരുമ്പോൾ
കലഹിച്ചവരെ
മുറിവേൽപ്പിക്കുന്നത്

ഇടവഴിയിലൂടെ പോകുമ്പോൾ
പിറകിൽ നിന്നെത്തി
കീഴടക്കിയ മനുഷ്യനെ
വിഫലമായി
ഒരു കുഞ്ഞ്
നഖങ്ങൾകൊണ്ടെതിരിട്ടുവത്രെ.

ജയിലിലേക്കയാളെ
കൊണ്ടുപോകുവാൻ
ആദ്യത്തെ അടയാളം
പ്രാണൻ പിരിയുമ്പോൾ
അവൾ തന്നാലാവും വിധം
കോറിയ പാടുകളാണ്.

ബീഡിപ്പണിക്കാരനായ
ഒരു താടിക്കാരനുണ്ടായിരുന്നു
എനിക്കയൽക്കാരനായി.

അയാൾ
തെരച്ച ബീഡിതൻ
തുഞ്ചം മടക്കുന്നത്
നീട്ടി വളർത്തി
കത്രിച്ചൊരുക്കിയ
നഖം കൊണ്ടായിരുന്നു.

ആർക്കുമൊരു
പരാതിയുമില്ല അയാളെക്കുറിച്ച്
എന്തു നല്ല മനുഷ്യനായിരുന്നു.

ഒരു വിരലിൽ
നഖമില്ലാതെ ജനിച്ച
ഒരുവനുണ്ടായിരുന്നു
നഖപ്പാടോർമ്മകളുള്ള
പഴയ സ്കൂളിൽ.

അവനെ പലരും
ഒരു കൈയ്യില്ലാത്തവനെപ്പോലെ
സഹതാപത്തോടെ കണ്ടിരുന്നു.

നരന്
നഖമില്ലെങ്കിൽ
ഒരു സുഖവുമില്ലെന്ന്
അവനെന്നോട്
പറഞ്ഞു കരയാറുണ്ടായിരുന്നു. ∎

പഠനം

എന്നിട്ടോ കവിതയവസാനിച്ചില്ല

സജയ് കെ.വി.

ധാരാളം ബി.പി.എല്ലുകാരെ കാണാം പ്രകാശന്റെ കവിതയിൽ; അന്നത്തിനും അതിജീവനത്തിനുമായി ഉഴറുന്നവരെ. അവരുടെയാകെ പ്രതിനിധായകത്വമുള്ളൊരാളാണ് 'ബിപിഎൽ' എന്ന കവിതയിലെ 'ചാപ്പയിലമ്മ.'

'മഞ്ഞവെയിലിന്റെ വടി ഒടിച്ച്/വടക്കേച്ചെരിവിൽ/വെള്ളമേഘങ്ങളുടെ/മുട്ടനാടുകളെ/ഓടി'ക്കുന്ന നിരാധാര. 'കറുത്ത മേഘങ്ങളുടെ/അകിടുകറന്ന്' മേഘപ്പാലിൽ മസ്തകാഭിഷേകം നടത്തുന്ന വാത്സല്യധാര. പ്രകാശന്റെ കവിതകളുടെ രചനാരഹസ്യത്തിലേക്കൊരു കിളിവാതിൽ തുറന്നിടുക കൂടി ചെയ്യുന്നുണ്ട് ഈ കവിത. ശൂന്യമായ വയറുമായിരുന്ന് മണ്ണപ്പം ചുട്ടുകളിക്കുന്ന കുട്ടികളെപ്പോലെയാണ് പ്രകാശന്റെ കവിതയിൽ വാക്കുകൾ പെരുമാറുന്നത്. ഭാവനയുടെ ലളിതമായ തന്ത്രങ്ങളുപയോഗിച്ച് അത് ലോകത്തിന്റെ മുഖം മാറ്റുന്നു. 'ഒപ്റ്റിക്സ്' എന്ന കവിത, പൂർണ്ണമായും ഭാവനകൊണ്ടുള്ള അത്തരമൊരു കളിയാണ്. കട്ടിയേറിയ ഇരുട്ടിന്റെ മാന്ത്രികപ്പരവതാനിയിൽ കയറി ഒരുവൻ(ൾ) ചെന്നെത്തിയ ഇടമേതാണെന്നോ? 'രാത്രിയിൽ/ഉറക്കമൊഴിഞ്ഞ് സൂര്യന് മൂർച്ച കൂട്ടുന്ന/കൊല്ലന്റെ ആല'യിൽ. നിർമ്മലമായ ഭാവനയുപയോഗിച്ചു മാത്രം സാക്ഷാൽക്കരിക്കാനാവുന്ന വല്ലാത്തൊരു തനിമയുണ്ട് ആ ആലയ്ക്കും അതിലെ പണിക്കാരനും.

ഇരുട്ടിനു വീണ്ടും കട്ടിയേറുമ്പോൾ അതൊരു മച്ചിൻ പടവായി മാറുകയും അയാൾ/അവൾ അതിലൂടെ 'അമർത്തി

ച്ചവിട്ടി' താഴെയിറങ്ങി 'തളർന്നുറങ്ങുന്ന/കൊല്ലനറിയാതെ/ സൂര്യന്റെ മൂർച്ച നോക്കു'കയും ചെയ്യുന്നു. വെറും ബാല ഭാവന മാത്രമാണോ ഈ കവിത? അല്ലെന്നു വിചാരി ക്കാനാണെനിക്കിഷ്ടം. കാരണം, രാത്രി ഉറക്കമൊഴിഞ്ഞ് സൂര്യനു മൂർച്ച കൂട്ടുന്ന ആ കൊല്ലനുണ്ടല്ലോ, അയാൾ അത്ര സാധാരണക്കാരനല്ല, അയാളിൽ അസാധാരണമായി ചിലതുണ്ട്; രാത്രി ഉറക്കമൊഴിഞ്ഞ് വാക്കിനു മൂർച്ച കൂട്ടുന്ന ഒരു കവിക്കു മാത്രം അറിയാവുന്ന ചിലത്. ആ ചിലതിനെ ക്കുറിച്ചാണ് 'ചേരി' എന്ന കവിതയിൽ പ്രകാശൻ എഴുതു ന്നത്.

കവിതയുടെ ഒരു പാതി ഇങ്ങനെ –

'കാത്തിരുന്ന് വീർപ്പുവിട്ട്
പൊന്നുപോലെ പുലർന്നു വരുന്നു
ഓർമ്മച്ചായങ്ങളിൽ നിന്ന്
മറഞ്ഞിരിക്കുന്ന കവിത.

രാത്രിയാണല്ലോ
പകലിനെ ഉണ്ടാക്കിയത്
കണ്ടമാനം ധ്യാനിച്ചും വീർപ്പുവിട്ടും
ഊതിയൂതി പൊന്നിച്ചത്.

ആ 'പൊന്നിച്ച പകലി'ന്റെ കവിതയാണെഴുതുന്നത് താൻ എന്നു കരുതുന്നു പ്രകാശൻ മടിക്കൈ എന്ന കവി. അതിന്റെ മറുപുറം കാണിച്ചു തരികയും ചെയ്യുന്നു.

'വെളിച്ചത്തിരുന്ന്
കറുപ്പിനനുഭവമെഴുതുമ്പോൾ
ചേല് കൂടും.

ഒരു മുറ്റത്തോളം ഇരുട്ട്
കണ്ണെഴുതാൻ വേണ്ടി
എടുത്തോളൂ
ഈ പ്രഭാതത്തിൽ.'

ഇരുട്ടിൽ ഉറങ്ങാതിരുന്ന് സൂര്യന് മൂർച്ച കൂട്ടുന്ന കൊല്ലന്റെ ആലയിലെ രഹസ്യ സന്ദർശകനാണ് കവി എന്ന് ഇവിടെയും വെളിപ്പെടുന്നു.

'ഇനിയുള്ള കാലത്തോളം' എന്ന കവിതയിലെ 'വെട്ടേറ്റ് മരിച്ചവ'ന്റെ ആത്മാവ്, അല്പകാലം കൂടി ഭൂമിയിൽ തുടരേണ്ടതെങ്ങനെ എന്നു ചോദിച്ച ദൈവത്തോട്, പ്രതിവചിച്ച വിധത്തിലും കാണാം ഈ മൂർച്ച -

'എനിക്ക് വെയിലായാൽ മതി
എത്ര മുറിവേറ്റ്
രക്തം പടർന്നാലും
കണ്ണീരൊഴുക്കാൻ ഞാനില്ല.'

ഇറച്ചി വാങ്ങാൻ പുറപ്പെട്ടപ്പോൾ ഗേറ്റിനടുത്ത് റോഡിൽ ലോറിക്കടിപ്പെട്ടു മരിച്ച നാടോടിസ്ത്രീയുടെ ജഡം കാണുകയാൽ മടങ്ങി വന്ന് 'ഇന്നിനി വെജിറ്റേറിയൻ മതി' എന്നു മെനു തിരുത്തിയ മാന്യനെക്കുറിച്ചുള്ള കവിതയ്ക്ക് 'മിശ്രഭുക്ക്' എന്നു പേരിട്ടതിലും കാണാം, ആവശ്യത്തിനു മാത്രം വെളിപ്പെടുന്ന പല്ലും നഖവുമുള്ള പരിഹാസമൂർച്ച. പണത്തോടും പണ്ടത്തോടുമൊപ്പം സ്വാർത്ഥസ്വകാര്യതയുടെ ഉള്ളറയിൽ കഴിയുന്നവരെക്കുറിച്ചുള്ള കവിതയ്ക്ക് 'സെയ്ഫ്' എന്നു പേരു നൽകിയതിലും.

അതിനാൽ 'അമ്മയും അങ്ങാടിയും അനുസരണയുമില്ലാത്ത' കറുത്ത പൂച്ച കൊണ്ടുവരുന്ന നൂറുനൂറൊച്ചകൾക്കായി ഈ കവി തന്റെ അനുഭവപാചകശാലയുടെ വാതിലുകൾ സദാ തുറന്നു വെച്ചിരിക്കുന്നു. അതിലൂടെ കടന്നുവരുന്ന വയുടെ കൂട്ടത്തിൽ 'അടിയാധാര'മില്ലാത്ത കൊറഗരും വൃദ്ധസദനത്തിലെ കാമ്പ് വിളക്കുപോലെ ഫ്യൂസായ ജീവിതങ്ങളും ഉടനീളം (ഉടൽനീളമെന്നും) ജീവിതം പച്ചകുത്തിയ നാടോടി സർക്കസ്സുകാരനും ജാലകത്തിലൂടെ ഒറ്റ ദിശയിലേക്കുള്ള ബൈപ്പാസ് റോഡിലേക്ക് കണ്ണുനട്ടിരിക്കുന്ന വിധവയും മുളകെരിവും ഉപ്പുമണവുമുള്ള സെക്കന്റ് ക്ലാസ് ജീവിതങ്ങളും 'കയറാൽ ഉടലോടു ചേർക്കപ്പെട്ട/മുറിവേറ്റ/നാട്ടുകള്ള'ന്റെ അമ്മത്തെങ്ങും ഉണ്ട്.

രാത്രിഞ്ചരനായ മാർജ്ജാരന്റെ ജാഗരൂകമായ ഇന്ദ്രിയങ്ങൾ ഈ കവിയുടേത് എന്ന് സാക്ഷ്യപ്പെടുത്തുന്നു, സമകാലത്തിന്റെ കൊടുമകളോട് മുറുമുറുപ്പിന്റെ ഖരഭാഷയിൽ പ്രതികരിക്കുന്ന 'വനപാത'യും 'സദാചാരപൊലീ'സും പോലുള്ള

കവിതകൾ. 'നിശ്ശബ്ദം' എന്ന കവിതയിൽ ഈ രീതി കുറേ ക്കൂടി നിശിതമാകുന്നു.

'ഓഫ്‌ലൈൻ' എന്ന കവിതയിലെ, ആത്മഹത്യാഭിനയ ത്തിനിടെ കഴുത്തിൽ കുരുക്കു മുറുകിയ എല്ലാവർക്കും ഇഷ്ടനായ, എല്ലാവരോടും ഇഷ്ടം മാത്രമുള്ള ആളെ പ്പോലൊരാൾ ഈ കവിതകൾക്കുള്ളിൽ മറഞ്ഞിരിപ്പുണ്ട്. തന്റെ നിർവ്യാജ വ്യക്തിത്വത്തിനുമേൽ മനുഷ്യത്വവിരുദ്ധത യുടെ കൊലക്കുടുക്ക് ആകസ്മികമായിറുകുമ്പോഴൊക്കെ, പ്രാണാപായം സംഭവിച്ച ഒരാളെപ്പോലെ, അയാൾ നടത്തുന്ന കുതറലുകളും പിടയലുകളുമാണ് ഈ കവിതകൾ. അതി നാൽ ഈ കവി, ലോകാവസാനഭീതിയുടെ നിഴലിലിരുന്നും 'എന്നിട്ടോ കവിതയവസാനിച്ചില്ല' എന്നു പാടുന്നതു നമ്മൾ കേൾക്കുന്നു. ∎

www.ingramcontent.com/pod-product-compliance
Lightning Source LLC
LaVergne TN
LVHW041623070526
838199LV00052B/3224
* 9 7 8 9 3 8 8 8 3 0 6 1 4 *